வைகை மீன்கள்

வெ. இறையன்பு

விஜயா பதிப்பகம்
20, ராஜ வீதி,
கோயம்புத்தூர் - 641 001.
www.vijayapathippagam.org

வைகை மீன்கள்
Vaigai Meengal
வெ. இறையன்பு
முதற்பதிப்பு : செப்டம்பர் 2020
விஜயா பதிப்பகம்
20, ராஜ வீதி, கோயம்புத்தூர் - 641 001.
© 0422 - 2382614 / 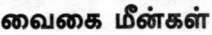 90470 87058
vijayapathippagam2007@gmail.com

ஒளியச்சு / புத்தக வடிவமைப்பு : ஐரிஸ் கிராபிக்ஸ், கோவை.
அட்டை வடிவமைப்பு : **மௌஸ் பாய்ண்ட், சென்னை.**
அச்சாக்கம் : **ஜோதி எண்டர்பிரைசஸ், சென்னை - 5.**
ISBN : 81-8446-164-X / பக்கம் : 160 / விலை : ரூ.120/–

தாமிரச் செப்பில் திரட்டிய கங்கை

சிற்பி பாலசுப்பிரமணியம்

உயிரில் முளைத்த சிறகு காதல். அது ஓசையில்லாத சலனம். ஆனால் உயிரை இயக்கும் அசைவு.

வாழ்வின் ஒவ்வொரு துளியையும் வைரக்கற்களாய் ஒளிவிடச் செய்யும் கிரணம், வண்ணங்களின் உறைவிடம். ஆனால் அதில் சற்றே பிசகு நேர்ந்தால் ஒரே வண்ணம் - கருப்பு.

உலகில் காதல் இலக்கியங்கள் இல்லாத மொழியே இல்லை. எழுத்து இல்லாத மொழியில் கூடக் காதல் உண்டு. அதன் உன்னதமே மொழியையும் தாண்டி வாழும் அதன் நுண்ணிய ஆற்றல்.

ஷேக்ஸ்பியரிலிருந்து காளிதாசன் வரை பைரனிலிருந்து பழநி பாரதி வரை அதன் மாய அழகில் ஈடுபடாத கவிஞர்கள் எவரும் இலர்.

சிந்தனைகளைக் கருத்தரித்துச் சொற்களில் தாலாட்டி விடும் இறையன்புவும் அதில் கரைந்து போனதன் விளைவு **'வைகை மீன்கள்'.**

★ ★ ★

வைகை மீன்களை'த் தந்தவர் முன்பு **'வாய்க்கால் மீன்களை'**த் தந்தவர்தான். ஆனால் இந்தத் தலைப்பில் ஒரு தனிச்சிறப்பு உண்டு. நீரோட்டம் குறைந்த வைகையில் மீன்கள் தவிக்கும் தவிப்பு இருக்கிறதே அந்தத் தவிப்பு இந்தக் கவிதைகளின் கடைசிச் சொல் வரையிலும் இரத்தத்தின் அணுக்களைப் போல் பரவிக் கிடக்கிறது.

அவனும் அவளும் தவிப்பின் எல்லையைத் தொடும் பயணமே **'வைகை மீன்கள்'**.

உயிர்ப்பு மிக்க இக்காதல் கவிதைகளின் நாயகன் யாராக இருக்கலாம் என்று வாசகன் மனமும் தவிக்கிறது. அவன் அவரே தானோ? அவரைப் போல்தான் கனிவு, கண்டிப்பு, கட்டுப்பாடு, கருத்துள்ள வாழ்க்கையை அவன் மேற்கொண்டிருக்கிறான்.

அவராக இருக்கலாம். இல்லாமலும் இருக்கலாம். அது எப்படி இருந்தாலும் இந்தக் கதைக்குள் தன் வரலாற்றுக் கீற்றுக்கள் தென்படு கின்றன என்பதில் ஐயமில்லை, இந்த அடையாளம் பாரதியின் சுயசரிதைக் கவிதை போல ஓர் அர்த்தச் செறிவை நமக்குள் ஏற்றி விடுகின்றது.

அந்த வகையில் - எளிமையில் வலிமையை உள்ளடக்கிய இச்சிறு காவியம் ஒரு தன்வரலாறு தழுவிய படைப்பு (Autobiographical Narrative Poem) என்ற கனத்தையும் பெருமையையும் பெறுகிறது?

★ ★ ★

அவன் சராசரி மனிதர்களிலிருந்து வேறுபட்டவன். போலிகளை முகப்பூச்சுகளுக்கும் ஒப்பனைப் பேச்சுகளுக்கும் அப்பால் அடையாளம் காண வல்லவன். வெளித் தோற்றங்களின் உள்ளே இருக்கும் சூனியத்தை அவனால் உணர்ந்து கொள்ள முடிகிறது.

ஒரு பள்ளிக்கூடத்தில் உரையாற்றப் போகும்போது அந்தப் பள்ளியின் கட்டடங்களைக் கண்டு அவன் பிரமிப்பதில்லை.

'கட்டடங்களின் அடர்த்தி
அதிகமாகும் போது
ஆத்மாக்கள் காணாமல் போய் விடுகின்றன'

என்பதைப் புரிந்து கொண்டவனாகிறான். கல்வி 'வர்த்தகம்' ஆகிவிட்டது குறித்து அவன் கவலை அவனைத் தனித்து அடையாளம் காணச் செய்கிறது.

ஆண்டு விழாவில் காணும் செயற்கைத்தனம் அவனுக்கு எரிச்சலூட்டுகிறது. அங்கு நிகழும் அறிமுக நாடகம் அலுப்பூட்டுகிறது.

'ஒரு குறும்படத்தில் நடித்த
சலிப்பு'

அவனுக்கு.

அங்கே அந்த நெடும் பாலையில் - அவன் தன் கருத்துச் செறிந்த உரையால் பசுமையை விதைக்கிறான், என்ன வியப்பு! அங்கே ஒரு பசுமை எதிர்பாராமல் ஏற்கெனவே அங்கே காத்திருந்தது.

தொகுப்புரை வழங்கும் அவள் - அவனுடைய மாணவப் பருவத்தை மணமூட்டி மகிழ்வித்த மரிக்கொழுந்து.

'கவிதைக்கே கால் முளைத்தது மாதிரி' இருந்த அவள், கவிதையும் வாசித்தாள். அதே தருணம் அவனுடைய இதய வீணையையும் வாசித்தாள். ஆனால் நேசித்த மங்கை மின்னலைப் போல் மறைந்து காணாமல் போய்விட்டாள்.

இருபதாண்டுகளுக்குப்பின் இப்போது நினைவுச் செடியில் புதிய பூ... இல்லை இல்லை பழைய பூவின்... இல்லை இல்லை நம்பிக்கைப் புதுப்பூ.

இதற்கிடையில் அவன் இரக்கத்தால் செய்த திருமணம். முதல் மனைவியின் அரக்கத்தனத்தால் தோற்று மன முறிவில் மண முறிவாகி விடுகிறது.

மீண்டும் சந்தித்த காதல் கவிதை அவனை உண்ண விடாமல், உறங்க விடாமல் அலைக்கழிக்கிறது. இன்னும் திருமணமாகாத அவளை எப்படித் தன் உயிருக்குள் பொதிந்து வைப்பதென மனக்குழப்பம்.

ஒவ்வொரு சந்திப்பும் அவன் காதலில் அமுதம் ஊற்றுகிறது. ஆனாலும்,

'அவளுக்கு நம்மீது இருப்பது
நட்பா? நேசமா?'

என்ற கேள்விக்குறிகள் அவனை முள்வேலிக்குள் சிறைப்படுத்துகின்றன 'எப்படி?... எப்படி? என்னை உணர்த்துவது?'

மறைமுகமாக அவளுக்குத் 'திருமணம் தனிமையைத் தவிர்க்குமே' என்று பொத்தாம் பொதுவில் சொல்லியும் பார்க்கிறான் அவன்...

பதில் மோனாலிசாவின் உறைந்த புன்னகை, இதற்கு ஆயிரம் உரைகள் எழுதலாம், எதிர்பார்த்த பொருள் இருக்குமா? இல்லையா?

அவன் பரவவிட்ட அதிர்ச்சி அலைகளால் அவளும் உறங்கவில்லை. அவள் பெண்ணில்லையா? பெண்களுக்கு எச்சரிக்கை விளக்கெரிக்கும் மின்சாரம் இயற்கையாகவே இருக்கிறதே...

'வேண்டாம், வேண்டாம்...
கற்பனை மரநிழலில் கணிசநேரம் தங்கினால் கூட
யதார்த்த வெயில் சுடும்போது
கருகி விடுவோமே!'

என்று தவிப்புக்கு ஒரு முடிவு காண யத்தனிக்கிறது அவள் உள்ளம்.

தவிப்புகள் கனமாகி இமயமலையை இதயத்தின் மேல் ஏற்றுகிற தருணத்தில் ஒரு கவிதை நூலின் சமர்ப்பண வரிகள் அதல பாதாளத்தில் விழுந்த காதலைக் கரையேற்றி விடுகின்றன.

'கை குலுக்கிப் பிரிவாளோ
கை பிடித்துத் தொடர்வாளோ
எனத் தெரியாத என்னுயிர்த் தோழிக்குக்
காணிக்கை'

என்பது சமர்ப்பணம். அந்த நான்கு வரிகளால் நான்கு விழிகள் மீண்டும் சந்திக்கின்றன. காதலைக் கனிவு மிகுந்த இல்லற வாழ்வுக்கு அர்ப்பணிக்கின்றன.

உணர்வுகளின் அரங்கங்கள் அந்தரங்கங்களுக்குள் ஆழ்ந்து அமைதியில் முத்துக்குளிக்கும் அனுபவமாகி விடுகிறது இறையன்புவின் இதயத்தை வருடும் இந்த நூலில்...

★ ★ ★

இது காதலைத் துகிலுரியும் துச்சாதனர்களின் காலம், எழுத்துக்களால் இளம் மனங்களைக் காமவேள் நடன சாலைகள் ஆக்கும் காலம். அதைக் கலையின் பெயரால் நியாயப்படுத்தும் காலம். அதை எழுத்துச் சுதந்தரம் என்று தங்களைத் தாங்களே ஏமாற்றும் காலம், மெல்லிய வீணைத் தந்திகளைச் சம்மட்டியால் மீட்டி, இது தான் இசை என்று நம்ப வைக்கும் காலம்.

இதோ இறையன்பு பூசை அறையில் அர்ச்சனைக்கு வைக்கப்பட்ட பனி படர்ந்த பூவைப் போல் ஒரு காதல் கதையை, கவிதை என்ற வெள்ளித் தட்டில் வைத்து வழங்குகிறார்.

தகிக்கும் வெட்டவெளி வெம்பரப்பிலும் கண்ணாடி நீர் ஊற்று ஒன்று கண் விழித்தல் சாத்தியம் என்று நிரூபித்திருக்கிறார்.

★ ★ ★

வெறும் காதல் கவிதையாக மேகங்கள் இன்றி வெறிச்சோடும் வானமாக இந்தச் சிறுகாவியம் அமைந்து விடவில்லை.

ஒவ்வொரு பக்கத்திலும் சிந்தையை அள்ளும் சிந்தனைகள் ஒரு விளைந்த நெல்வயல் போல் தங்கத்தைக் கொட்டிக் காத்திருக்கின்றன.

விளம்பரத்துக்காகவும் பொருள் சம்பாதிப்பதற்காகவும் ஆன்மா இல்லாத கல்லறைகளாகப் பெருகும் கல்வி நிறுவனங்களைக் குறித்து இறையன்பு எழுதுகிறார்.

'இவர்கள் கல்விக் கண்ணைத் திறக்கிற அவசரத்தில்
ஞானக் கண்ணைத் தோண்டி விடுகிறார்கள்
மூளையைப் பலப்படுத்தும் முனைப்பில்
இதயத்தைப் பலவீனப்படுத்தி விடுகிறார்கள்'

பொய்முகங்களோடு செய்யப்படும் உபசரிப்பும், அளிக்கப்படும் பூங்கொத்துக்களும் அருவருப்பாய்ப்படுகிறது.

'கைகளில் கொடுக்கப்படுவது
காதுகளில் வைக்கப்படுவதற்கு
முன்னோட்டம் தான்'

என்கிறார் கவிஞர்.

கல்வி எது என்ற கேள்விக்கு அழுத்தமாகக் கிடைக்கும் இறையன்புவின் கச்சிதமான பதில் இளைஞர்களைச் சிந்திக்க வைக்கக் கூடியது.

'அறியாமையை அறிவதே
கல்வியின் முதல்படி.
அறிந்தவை அனைத்தும்
அறியாமையே
என்பதே அதன் கடைசிப்படி'

என்ற வரிகளில் படிப்பின் படிகள் வரிசைப்படுத்தப்படுகின்றன.

உவமைகளும் உருவகங்களும் பருத்திப் பூப்போல் வெடித்துக் குலுங்குகின்றன நூல் முழுவதிலும்.

காதல் மனம் முழுதும் நிறைந்து கனப்பதைக் குறித்துக் கவிஞர் சொல்கிறார்.

'மடியிலிருக்கும் பாலாய்
அவன் கனவுகள் காத்திருந்தன'
மொழியைப் பற்றி, மொழி பயில்வது பற்றி ஓர் உருவகம்:
'மொழியே பாத்திரம்...
உறிஞ்சியவர் வாயின் அமைப்பே
உரிய பாத்திரத் தேர்வுக்கு இலக்கணம்'

இளமையிலே முற்றி முதிர்ந்த அறிவு பெற்றிருந்த கண்ணகியை இளங்கோ **'சிறுமுதுக்குறைவி'** என்று சிறப்பித்திருப்பார். அதுபோல் இந்தத் கதையில் வரும் 'அவனு'டைய முதிர்ச்சியை,

'இருபத்தைந்து வயதிலேயே
கருத்துகளில் நரைத்திருந்தான்'

என்கிறார் இறையன்பு.

தோற்றுப்போன திருமணத்தை 'நிழல்களின் சங்கமம்' என்கிறார்.

தனக்காகக் காதலி வாசலிலேயே காத்திருப்பதை 'வாசலிலேயே கால்கள் வேர்விடுமளவு காத்திருந்தவள்' என்று நிறங்களின் மெருகேற்றிச் சொல்கிறார்.

இரண்டு பேருமே காதலை முழுமையாக வெளிப்படுத்த முடியாமல் நாகரிகம் காக்கின்றனர். இந்தப் பண்பாட்டைச் சொல்லும் இறையன்பு.

'உள்ளம் ஒருவரையொருவர்
எண்ணும் போதே உற்சாகத்தில்
துள்ளிக் குதித்தாலும்
உதடுகளில் கடிவாளமிட்டு
உணர்வைக் கவாத்து செய்தனர்'

என எல்லைகளைக் காக்கும் ராணுவ வீரனைப் போல கவனமாகச் செயல்படுகிறார்.

இந்தக் காதல் காவியத்தினூடே அடி அடியாய், அணு அணுவாய்ப் பயணம் செய்யச் செய்ய வாசக நெஞ்சில் இறுக்கமும், அழுத்தமும் கூடிக்கொண்டே போகின்றன... என்ன நேரும் என்ன நேரும் என்பதாக...

ஜார்ஜ் சிமனான் என்ற பிரெஞ்சு நாவலாசிரியரின் கதை சொல்லும் நேர்த்தி எப்படியிருக்கும் என்பதைச் சொல்லும்போது இப்படிச் சொல்லுவார்கள்... ''கதையின் முடிவு நமக்குத் தெரியும், ஆனாலும் ஒரு பரபரப்பு, ரயில் வருகிறது என்று தெரிந்தாலும் அது நெருங்க நெருங்கப் பிளாட்பாரத்தில் ஏற்படும் பரபரப்புப் போல...'' என்பார்கள்.

இறையன்புவின் கதை நிகழ்த்தும் நேர்த்தியும் அதற்கு நிகரான பரபரப்பை உண்டு பண்ணுகிறது. தாமிரச் செம்பில் வைத்த கங்கை நீராய்ப் பரிசுத்தம் தாங்குகிறது **'வைகை மீன்கள்'**.

இரும்புச் சட்டமாக இருக்கும் இந்திய ஆட்சிப் பணியில் இதயம் உள்ள மனிதராக விளங்கும் இறையன்புவை நான் எப்போதும் நேசித்து வந்திருக்கிறேன். இதோ இந்த முன்னுரை எழுதும் வாய்ப்பைத் தந்து அதை வெளிப்படுத்தும் சந்தர்ப்பத்தை அளித்துவிட்டார்.

இறையன்புவுக்கு என் நெஞ்சின் நிறைய அன்பு.

★ ★ ★

இறையன்புவின் நூல்களைத் தொடர்ந்து வெளியிடும் நற்பணிக்காக விஜயா பதிப்பகம் மு. வேலாயுதம் அவர்களைப் பாராட்டி மகிழ்கிறேன்.

பொள்ளாச்சி **சிற்பி பாலசுப்பிரமணியம்**
20.08.09

பதிப்புரை

அன்புடையீர் வணக்கம்.

காதல் என்பது ஒரு மனிதனுக்கு ஆழமான இனிமையான ஆனந்தமான உணர்வாக இருக்கிறது. இந்த உணர்வை ஏதோ ஓர் காரணம் தூண்டி விடுகிறது. அது கவிதையாக இருக்கலாம். கல்வியாக இருக்கலாம். கனிந்து ததும்பிப் பொங்கும் அன்பாக இருக்கலாம்.

வாழ்க்கை என்றாலே காதல்தானே!

திரு.வெ. இறையன்பு அவர்களின் **'வைகை மீன்கள்'** என்ற இந்தக் கவிதைநூல் காதலுக்கும் காமத்திற்குமான வேறுபாட்டைச் சொல்லுகிறது. கல்லூரிக் கனவுகள் சிதைந்து போகாமல் மாணவச் செல்வங்களைக் காப்பாற்றி உண்மைக்காதல் எதுவென உரைக்கிறது.

உண்மையான நேசிப்பு வேண்டும். அப்பழுக்கற்ற பகிர்தல் வேண்டும். ஒளிவுமறைவற்ற தன்மை வேண்டும். மகிழ்ச்சியின் எல்லைக்கே வாழ்க்கையைக் கொண்டு செலுத்தும் இந்தத் தூய நெறிகளைத் தனக்கே உரிய பெருமிதத்தோடு பாடும் திரு.வெ. இறையன்பு அவர்களின் **'வைகைமீன்கள்'** என்ற கவிதை நூலை வெளியிடுவதில் எங்கள் விஜயா பதிப்பகம் பெருமகிழ்ச்சி கொள்கிறது.

திரு.வெ. இறையன்பு அவர்களுக்கும், வாசகப் பேருள்ளங்களுக்கும் எங்கள் அன்பும் வாழ்த்துகளும் உரியதாகுக.

என்றும் உங்கள்
மு. வேலாயுதம்

அவனை அந்தப் பள்ளியின்
ஆண்டு விழாவிற்கு அழைத்திருந்தார்கள்.

அவன் அடிக்கடி பள்ளிகளுக்கு
அழைக்கப்படுவது
அவன் கருத்துகளின் ஈர்ப்பால் அல்ல
பதவியின் கனம் கருதித் தான்.
அதிகாரிகளை அழைக்கும் போது
விளம்பரமும் கிடைத்துவிடும்.
எதிர்காலத்தில் பரிந்துரைகளுக்கான
அடித்தளமும் அமைக்கப்படும்.

காசு வாங்காமல் தங்கள்
ஊர்தியிலேயே வந்துவிடுவார்கள்.

அடுத்தமுறை ஆண்டறிக்கையில்
'இன்னாரெல்லாம் வந்திருக்கிறார்களென்று'
பட்டியலை நீட்டிக்க அவன் பெயரும்
உதவியாக உத்தரவாதமிடும்.

அடுத்தவர்களது
நோக்கங்களைத் தாண்டியது
அவன் பயணம்.

'விதைப்பவன் உருவகத்தை' மனத்தில்
விதைத்துக் கொண்டுதான் அவன்
அந்தக் கூடுதல் பொறுப்பை
கூடியவரைக்கும் சுமந்து வந்தான்.
விதைப்பதற்கும், புதைப்பதற்கும்
வித்தியாசம் உண்டு
விதைப்பது விருட்சமாகும்
புதைப்பது புலராமல் போகும்.

நடுகிற நம்பிக்கைகளில்
ஒன்றிரண்டேனும்
சூல்பிடிக்கும் என்று
வியர்வையில் குளித்தான் --
பன்னீரை அறுவடை செய்யும் அவாவில்.

அது ஒரு கான்கிரீட் காடு...

கட்டடங்களின் அடர்த்தி
அதிகமாகும் போது
ஆத்மாக்கள் காணாமல் போய் விடுகின்றன

பணத்தினால் கிடைக்காத கௌரவம்
படிப்பைத் தருவதால் கிடைப்பதால்
வர்த்தகர்கள் இப்போது
கட்டாயம் கவனம் செலுத்துவது கல்வித்துறையில் தான்.

வர்த்தகத்தில் கலப்படம் செய்யும்
இவர்கள் நுழைந்ததால்
கல்வியிலும் வர்த்தகம்

இவர்கள் கல்விக் கண்ணைத்
திறக்கிற அவசரத்தில்
ஞானக்கண்ணைத் தோண்டி விடுகிறார்கள்.
மூளையைப் பலப்படுத்தும் முனைப்பில்
இதயத்தை பலவீனப்படுத்தி விடுகிறார்கள்.

வீக்கமே வளர்ச்சியாகக்
கருதப்படும் உலகத்தில்
கட்டிகளும் சதைப்பிடிப்பென
கர்வப்படுகின்றன.

வெ. இறையன்பு

இலக்குகளை எட்டிப்பிடிக்கும் ஆசையில்
வழிகள் வழுக்கி விழுகின்றன.
அப்படிப்பட்ட நெருக்கடியில் எச்சச்செடி
சுவர்களுக்கிடையே முளைத்த மாதிரி
துளிர்விட்டிருந்தது அந்தக் கல்விச்சாலை.

கட்டடங்களின் உயரமும்,
சீருடைகளின் கனமுமே
அளிக்கப்படுகின்ற கல்வியின் தரத்தை
நிர்ணயிப்பதாய் நினைக்கும்.
மூடநம்பிக்கை
இந்தப் புதுப்பூசாரிகளுக்கு வசதியானது.

அறிவு பற்றிய அக்கறையோ
தேடுதல் பற்றிய உணர்வோ
இன்றி இயந்திரத் தனமாக நடக்கும்
கல்வியின் பாரத்தில்
பிஞ்சுக் குழந்தைகளின் மெல்லிய மனம்
நசுங்கிச் சாகும் விபத்துக்குப் பெயரே
இங்கு படிப்பு.

அந்தப் பள்ளிக்குள் நுழையும் போதே
அவனுக்கு ஆச்சரியமாக இருந்தது.

ஒவ்வோர் இடத்திலும் பாதுகாப்புக்காக
நிற்கும் காவலர்கள்
அவனுக்கு ராணுவ முகாமை நினைவூட்டினார்கள்.

அவர்கள் விசாரிப்பு பலகட்டங்களாக
எரிச்சலையே ஏற்படுத்தின.

எதையும் புரிந்து கொள்ள இயலாதவர்களையே
காவலுக்கு வைப்பது ஒருவிதமான வசதி.

முக்கியமானவர்கள் கோபித்துக் கொண்டாலும்
அவர்கள் முட்டாள்தனமே கேடயமாகும்.

பலநேரங்களில்
இந்தப் பள்ளிகளில் பிள்ளைகளைச் சேர்க்கப்
பெரிய மனிதர்களே பிரயாசைப்படுவதால்
இக்காவலர்களுக்குத் தாங்கள்
நாட்டின் முதல் குடிமகன் என்கிற நினைப்பு உண்டு

தெருநாய்கள் வயிறு இடுங்கக்
குரைத்துச் சகலநேரமும்
தங்கள் இருத்தலைப் பிரகடனப்படுத்தும்.
வேட்டை நாய்களோ
வேண்டியபோது மட்டும் வேகம் எடுக்கும்.

வெ. இறையன்பு

ஒவ்வொரு முறையும்
அவர்கள் அழைத்ததால் மட்டுமே
தான்வந்திருப்பதைப் பிரகடனப்படுத்த
நேரிடும் போதல்லாம்
'திரும்பிப் போய்விடலாமா' என அவன்
நினைத்துக் கொண்டான்.

சமூகத்தின் மதிப்பில்
உயரிடத்தில் இருப்பவர்களுடைய
நியாயமான கோபம்கூட
சிறுபிள்ளைத்தனமாகவே கருதப்படுமென்பதால்
மருந்தின் கசப்பாய்
அதை விழுங்கிக் கொண்டான்.

பிரதானக் கட்டடத்தின் முன்
பள்ளியின் தாளாளர் முதல் நிர்வாகக்குழு
உறுப்பினர்கள் வரை
அவனைப் பூங்கொத்துகள் கொடுத்து வரவேற்றனர்.

கைகளில் கொடுக்கப்படுவது
காதுகளில் வைக்கப்படுவதற்கு
முன்னோட்டம் தான்.

முன்பின் தெரியாதவர்களிடம்
செயற்கையாய்ச் சிரித்து
பணிவாய் முகம் காட்டி
நேசமாய்க் கைக்குலுக்கி

புரிவதுபோல் தலையாட்டி
அவர்கள் சொல்லும் அறிமுகத்தை
உள்வாங்கியது போல
பாசாங்கு செய்து...
ஒவ்வொரு சந்திப்பிலும்
ஒரு குறும்படத்தில் நடித்த
சலிப்பு அவனுக்குத் தோன்றிவிடும்.

அது அங்கேயும் நேர்ந்தது

வெ. இறையன்பு

தாளாளர்
பழுத்தபழமாக இருந்தார்
சிவந்த கண்களுடன்.

மதியம் வரை கூட
புகழ்போதையில் மூழ்கியிருந்திருப்பார் போல...

அலுவலகக் குழுக்கூட்டத்தில்
அவருக்கு மட்டுமே அலங்கார நாற்காலி.
இரட்டைக் குவளைகள் மட்டுமல்ல

இரட்டை இருக்கைகளும் இங்கே பிரசித்தி.
மேலே காலியாய் இருப்பதை
நாற்காலி மூலம் மறைக்க முயற்சிகள்.
பரிமாறப்பட்ட பதார்த்தங்கள்
எதிலும் அவன் கைகூட வைக்கவில்லை.

வற்புறுத்தலுக்காக ஒரு மிடங்குத்
தேநீரை மட்டும் விழுங்கினான்.

அப்படி சுவையே மருந்துக்குமில்லாத
தேநீரை எல்லோரும் தயாரித்தால்
தேநீர்ப் பழக்கமே தீர்ந்து விடும்
என நினைத்துக் கொண்டான்.

ஆண்டு விழாக் கூட்டத்தில்
பேசுவதும்
திருமண விழாவில் பாட்டுக்கச்சேரி
செய்வதும்
ஏறத்தாழ ஒருமாதிரிதான்.

இரண்டையுமே யாரும்
கேட்கத் தயாராக இருப்பதில்லை.

பொதுக்கூட்டத்தில் பேசுவதைவிட
தேர்ந்தெடுக்கப்பட்ட விருப்பமான
ஆர்வலர்களிடம்
கலந்துரையாடுவது
பயனுள்ளதாகப் பரிமளிக்கும்.

எல்லோரும் பேசினார்கள்...
யாராவது கவனிக்கிறார்களா என்று
கவலைப்படாமலேயே.....

அத்தனை சந்தடியையும் மீறி
அவன் கவனமெல்லாம்
அங்கே நிகழ்ச்சிகளைத் தொகுத்து
வழங்கிய பெண்ணின் மீதே
படிந்திருந்தது...

வெ. இறையன்பு

சிலருடைய நினைவுகளின் கசப்போ
உதறி எறிந்தாலும்
கடுக்காய்க் கறையாய்
நிலைத்து விடுகிறது.

தினசரி பார்த்தாலும்
சிலருடைய முகம்
நம் மனத்தில் பாதரசமாய்ப்
படியாமல் இருக்கிறது.
சிலருடைய முகமோ
ஒருமுறை பார்த்தாலும்
சுவரோவியமாய் நிலைத்து நிற்கிறது.

அப்படிப்பட்ட முகம் அவளுடையது.
இன்னும்கூட இரவுக் கனவுகளில்
அந்தப்புன்னகை முகம்
திரை விலக்கப்பட்ட சிதம்பர ரகசியமாய்த்
தெரிந்து மறையும்.

இருபது ஆண்டுகளுக்குப் பிறகு பார்த்தும்
அவனுக்குச் சந்தேக நிழல் இல்லை
'அவளா இவள்' என்று ...

இன்னொரு முறை சந்திக்க வேண்டும்
என நினைத்தவளைக் கண்டபோது
அதுவரை நிகழ்ந்த அருவருப்புகள் எல்லாம்
ஆவியானது...

அதுவரையிருந்த சலசலப்பைத்
தன்னுடைய
குரலின் கம்பீரத்தால் கரைத்தான்.

பூங்காவின் அமைதியில்
பூங்காற்றாய்த் தவழ்ந்தது
அவன் உரை.

இசையாய்ச் சொற்களும்,
அபிநயமாய்ப் புருவ நேர்வுகளும்,
நடனமாய்க் கையசைவுகளும்,
கவிதையாய் விழியசைப்பும்,
அருவியாய் ஏற்ற இறக்கமும்,
அவன் சொற்பொழிவை
அழியாச் சிற்பமாய் அழகுபடுத்தின.

அவன் பேச்சில் அவன்
யாருக்கும் 'கடமைப்படவுமில்லை'
எதற்கும் 'ஆசைப்படவுமில்லை'

"மொழியை இவ்வளவு நளினமாகக்
கையாள முடியுமா!"
இலக்கிய ஆசிரியர்கள்
இமையசைக்க மறந்தனர்.

வெ. இறையன்பு

புதிய புதிய உவமைகள்
கேள்விப்படாத சம்பவங்கள்..
வித்தியாசமான சொடுக்குகள்..
இப்படிக்கூட பார்க்க முடியுமா ?
என எண்ணத் தூண்டும்
கருத்துச் சிதறல்கள்.

"பாடப்புத்தகமே வேதப்புத்தகமென
நீங்கள் நினைத்தால்
நான் நாத்திகன்.

பள்ளிக் கட்டடமே தேசமென
உங்களுக்குப் போதிக்கப்பட்டால்
குழந்தைகளை நாடு கடத்துவதற்கு
முன்மொழியும் முதல் மனிதன்."

என அதிர்ச்சியோடு ஆரம்பித்தான்.

கல்வியே உங்களுக்கு
பெயருக்கு முன்னான
முதலெழுத்து.

ஆனால் அது பட்டங்களின்
பட்டியலல்ல
வாழ்வின் சாரத்தைப் புரிந்த
வெளிப்பாடு.

அறியாமையை அறிவதே
கல்வியின் முதல்படி.

அறிந்தவை அனைத்தும்
அறியாமையே
என்பதே அதன் கடைசிப்படி.

என்றேனும் எதற்காகப் படிக்கிறோம்
என யோசித்திருக்கிறீர்களா?
யாருக்காகப் பணிபுரிகிறோம் என
அசை போட்டிருக்கிறீர்களா?"
என அவர்கள் சிந்தனையை
விளக்குத் திரிபோலத் தூண்டினான்.

தேவையில்லாத செய்திகளுக்குக்கூட
குரலுயர்த்தி உணர்ச்சிவசப்படும்
வியாபாரப் பேச்சாளன் அல்லன் அவன்.
சரக்கு இல்லாதவர்கள் தான்
சத்தத்தையே நம்புகிறார்கள்.

அங்கங்கே மலர்களின் பெயர்களை
வரிசையாக ஒப்புவித்தும்,
பாடல்களை மூச்சுவிடாமல் சொல்லிப்
பயமுறுத்தியும்
கைதட்டல் வாங்கும்
கழைக்கூத்தாடி அல்லன் அவன்.

வெ. இறையன்பு

ஒவ்வொரு சொல்லையும்
கேட்பவர்கள் இதயத்திற்குள் நங்கூரமாய்ச்
செலுத்தும் வேறுபட்ட பேச்சு அது.

அவன் சொற்களுக்கிடையே இருக்கும்
மௌனமும் அழகானது.
அது அடுத்த சொல்லின்
அடர்த்தியை அதிகரிக்கும்.
அடைமொழிகளாலும், அடர்மொழிகளாலும்
திகைக்கச் செய்வதல்ல அவன் நோக்கம்.

அருகிலமர்ந்து அன்பாகக் கைகோர்த்து
சேர்ந்து பகிர்ந்துகொள்ளும்
சுகானுபவம் அது.

"நம் வீட்டிலேயே நாம் விருந்தினராகிவிட்டோம்.
மலரைக்கூட நாம்
முழுமையாக வாசித்ததில்லை."

அவன் ஒவ்வொரு வரியும் அவர்களை
மனோவசியம் செய்தது.

அவன் உரையாற்றி அமர்ந்தபோது
'இவ்வளவு விரைவில் இது முடிந்துவிட்டதே'
என்கிற வருத்தம் அத்தனை
முகத்திலும் தெறித்து விழுந்தது.

விருப்பமானவர்களைக் கண்டுவிட்ட
பரவசத்தில்
சொற்களுக்குக்கூட சிறகு முளைத்து
அவை உயரத்தை நோக்கிப்
பறந்து மகிழும்.

அன்று அவனுக்கே
அவன் பேச்சு திருப்தியைத் தந்தது
பங்களித்தவனே பரவசமானான்.
பேசுபவனுக்குத் திருப்தி தருகிற
பேச்சே சிறந்த சொற்பொழிவு.

அது நெருஞ்சிப்பூவைப் போல
நித்தமும் நடப்பதல்ல..
குறிஞ்சிப்பூவைப் போல
அபூர்வமாய்ப் பூப்பது.

வெ. இறையன்பு

அதற்குப் பின் அவன் இயந்திரமானான்.

அவன் வலியுறுத்திய
விழிப்புணர்வு அவனிடமே
காணாமல் போனது...
அவன்
விழித்திரையில் அவள் மட்டுமே தெரிந்தாள்
மனத்திரையில் அவள் மட்டுமே விரிந்தாள்..

தொகுப்பாளர்கள் சிலர்
தொழிலாய்ச் செய்பவர்கள்.

சேகரித்த தகவல்களைச் சிலர்
தெரிந்தது போலச் சொல்வார்கள்
உணர்ந்தது போல உரைப்பார்கள்.

விருந்தினரின் உரையை விட
நீளமாய் தொகுப்புரை
சில இடங்களில் நம்மைத்
தொய்வடையச் செய்யும்.

அவள் தொகுத்து வழங்கியது
மாலைகளை உதிர்த்தது போல
இல்லாமல்
மணிகளைத் தொடுத்தது போல
இருந்தது.
இருபது ஆண்டுகளுக்குப் பிறகும்
ஈரத்தைத் தக்க வைத்துக்
கொண்டிருக்கிறாள் என்பதே அவனுக்கு
கின்னஸ் சாதனையாய்த் தெரிந்தது.

வெ. இறையன்பு

ஆண்களுக்கு உலகம் அட்சய பாத்திரம்
பெண்களுக்கு அதுவே வடிகட்டி.

குழந்தைகளுக்குச் சோறு ஊட்டுவதிலும்
வாய்துடைப்பதிலும்
சட்னியில் உப்பு சரியாக இருப்பதை
ருசிபார்ப்பதிலும்
கைபிடிக்கும் துணியைப் பணிப்பெண்
கரித்துணியாக்கி விடக்கூடாது என்கிற
எச்சரிக்கையிலும், கவிதையாய் இருந்த
அவர்கள்
உரைநடையாய் மருவுவார்கள்.

பிறகு
வகுப்பில் சொல்லிக் கொடுத்தவற்றைப் பிள்ளைகளை
திரும்பச் சொல்ல வைப்பதிலும்,
வீட்டுப் பாடங்களை முடிக்க வைப்பதிலும்
அக்கறை செலுத்தி இலக்கணம் போல
சுவையற்றுப் போவார்கள்.

இறுதியில்
அவர்கள் எதற்கெடுத்தாலும்
அர்த்தம் பார்க்கும்
அகராதி ஆகிவிடுவார்கள்.

பல பெண்களுக்குத் தாலிக்கயிறு
கௌரவமான பிணைச் சங்கிலிதான்.
திருமணம் ஆண்களுக்கு மூக்கணாங்கயிறு -
பெண்களுக்கு அதுவே அலங்காரத் தாம்புக் கயிறு.

லாகவமாகக் கையாளத் தெரிந்தவர்கள்
குடும்பத்திலும் கொழிக்கிறார்கள்.
கூடத்திலும் ஜொலிக்கிறார்கள்.

சடங்குகளிலேயே பெரும் சடங்கு
நிகழ்ச்சிகளில் நாட்டுப்பண் தான்.
அதிகம் பேர் உதடசைப்பது அது
ஒலிக்கும்போது தான்.
தனியாகப் பாடினால் முதல் வரியே
பலருக்குத் தகராறு தான்.

நாட்டுப்பண் இசைக்கப்படும் போது
நாட்டைத் தவிர அனைத்தையும்
நாம் நினைத்திருப்போம்.

வாகனம்
நிறுத்தப்பட்ட இடம் பற்றி...
வீட்டுக்குப் போகப் பிடிக்க வேண்டிய
கடைசி பேருந்து பற்றி...
நேரமானதற்கு வீட்டில் சொல்ல வேண்டிய
சமாதானம் பற்றி...
சிலர் நாட்டுப்பண் இசைக்கும்போது
ஏன் தலைகுனிகிறார்கள்?

எப்போதும்
நெஞ்சு நிமிரும் அவன்
அன்று மட்டும்
நாட்டுப்பண்ணில் நாட்டமில்லாமல் நின்றிருந்தான்.

விழா முடிந்ததும்
கிளம்புகிற அவசரத்தில்
விடைபெறுவதில் விடுபாடுகளும்,
வழியனுப்புவதில் சந்திப்பிழைகளும்
சகஜம் தான்.

அன்று, அதற்குள் முடிந்ததே விழா
என்கிற வருத்தம் அவனுக்குமிருந்தது.

வழக்கத்தினும் மெதுவாகவே
அவன் நடந்தான்; நகர்ந்தான்.
உதிர்கிற இலைகளின் வேகத்தில்
கால்களை எடுத்து வைத்தான்.

ஊர்தியில் ஏறப்போகிற நேரத்தில்
"மன்னிக்கவும். வாழ்த்தி எழுதித் தாருங்கள்"
என இசையினும் இனிமையான குரலுடன்
நோட்டுப் புத்தகம் ஒன்று முளைத்தது.

குரலுக்குச் சொந்தக்காரி
அவளென்று தெரிந்ததும்
இதயம் ஒருமுறை நின்று இயங்கியது.

வெ. இறையன்பு

"உங்கள் தொகுப்புரையே
நிகழ்ச்சியின் உச்சம்"
என எழுதி "அன்புடன்" என்று தன்
கையொப்பத்தை இட்டான்.
அவள் கேட்காமலேயே
அவன் தன் செல்லிடப்பேசி எண்ணையும்
கீழே தெளிவாகத் தெரிவித்தான்.

அவள் கண்களோடு தன் கண்கள்
மோதும்போது
உச்சி வெயிலில் ஒரு கோடி
அருவியில் குளிக்கிற அனுபவம் நேர்ந்தது.

வீட்டுக்குத் திரும்புகிற போது
அது நிஜமா அல்லது
புகை மூட்டத்துடன் கூடிய
கனவுக்காட்சியா
என்கிற ஐயமே
அடிக்கடி எழுந்தது.

அவள் பார்த்தது அவனையா ?
அவனிடம் கையொப்பம் பெற்றது
அந்த இருபதாண்டு ஏக்கமா ?

நினைவுகள் நிஜத்திலும் பிரம்மாண்டமானவை.

நடந்து கொண்டிருக்கும் போதும்
சிலவற்றை நம்ப முடிவதில்லை.
எப்படி அவளிடம் மட்டும்
அழகு அப்படியே பத்திரமாயிருக்கிறது !

அந்த விழிகளின் தீட்சண்யம்
இன்னும் அதிகரித்திருக்கின்றது..
பூசியமாதிரி உடம்பு கூட
முலாம் பூசிய மாதிரி
நேர்த்தியாகத் தானே நிகழ்ந்திருக்கிறது.

வெ. இறையன்பு

வாசித்து முடிப்பதற்குள்
குதித்து ஓடிவிடும் புன்னகை
எதிரொலிக்கும் வீணைக் குரல்
கச்சிதமாகத் தெறித்து விழும் சொற்கள்
இவைதானே
அவளுக்கு நிரந்தர முகவரி

"செல்லிடப் பேசி எண்ணைத் தான்
தவறாமல் குறித்திருக்கிறேனே!
உன்னிடம் பேச ஆசை என்பதைச்
சூசகமாகச் சொல்லியாயிற்று"

கல்லூரி என்பது கனவுப் பருவம்..

உடலும், உள்ளமும்
ஒரே நேரத்தில் தெம்பாயிருப்பதற்குப்
பெயரே இளமை.

உலகத்தையே
நாம் திருத்திவிடலாம் என
நினைப்பது கூட திருட்டுத்தனம் தான்.
அபகரிப்பது மட்டுமல்ல
திணிப்பதும் திருட்டுதான்.
அந்த அசாத்திய நினைப்பு
அவனுக்கிருந்தது.
அவன் படித்த கல்லூரியே
கவிமயமானது.

பரந்து விரிந்திருந்த பள்ளத்தாக்குப் பகுதியில்
விசாலமான அவன் கல்லூரியில்
நுழைகிற போதே அவனுக்குள்
மொட்டுகள் முகிழ்த்தன.

அங்குதான் அவனுக்குக்
கவிதையெழுதும் துணிச்சல் ஏற்பட்டது.

வெ. இறையன்பு

மகிழ்ச்சிக்காக அவன்
கவிதையெழுதவில்லை..
மகிழ்ச்சியில் அவன் எழுதினான்.

பார்க்கிற நிகழ்வுகளையெல்லாம்
கவிதையாக்கும்
உன்னிப்பு அவனுக்கு அமைந்தது.

உலக இலக்கியங்களையெல்லாம்
ஊன்றிப் படித்தான்.

விடுதியில் அவன் அறை விளக்கே
கடைசியாய்க் கண் அவிழும்.

தூக்கத்தைக் காட்டிலும்
நோக்கம் முக்கியமாக இருந்ததால்
அவன் இரவுகளுக்கும் பகல்களுக்கும்
இடைவெளி குறைவு.
பசித்திருந்ததால் விழித்திருந்தான்.
விழித்திருந்ததால் தனித்திருந்தான்.

எல்லாவற்றையும் வாசிக்க வேண்டும்.
வாசித்தவற்றையெல்லாம்
செரித்திட வேண்டுமென்ற
ராட்சசப்பசி அவனுக்குள் இருந்தது

நட்சத்திர விடுதியைப் போன்ற
நவீனவசதிகளுடனான நூலகம்,
கண்ணுக்கெட்டும் வரை தெரியும்
பசுமை படர்ந்த புல்தரை,
வழிநெடுக சிவப்பு குல்மோஹர் மரங்கள்,

காற்றைத் தலைவாரும் மரமல்லிகை மலர்கள்
கிளைவிரித்துத் தலையசைக்கும் பனைமரங்கள்
விளிம்புகளில் நலம் விசாரிக்கும் கல்வாழைச் செடிகள்
அனைத்துமே அவன் கல்லூரி வாழ்க்கையின்
ஒவ்வொரு பக்கத்திலும்
மயிலிறகைச் செருகின.

வசந்தத்தின் அருமையை
வசந்தத்திலேயே வரவு வைத்துக் கொள்வதுதான்
முதிர்ச்சியின் சாமுத்ரிகா லட்சணம்.

அவன் உடலின் ஒவ்வோர் அணுவையும்
கவிதை ஆக்ரமித்தது.
அதனாலேயே அவன் சகமாணவர்களிடம்
சாமியாரென்று பெயரெடுத்தான்.

தாவணிகளை ரசிக்கிற பருவத்தினருக்கு
தாவரங்களை நேசிப்பவன்
அந்நியனாகவே ஆகிவிடுவான்.

வெ. இறையன்பு

தனிமை எப்போதும்
ஆசானாக ஆகிறது.

அது நேரத்தின் மகிமையை
உணர்த்துகிறது.

உண்மையை, தனிமையே
உயர்த்திப் பிடிக்கிறது.

நமக்கான உலகம் நமக்குப் பரிச்சயமாவது
தனிமையின் அடர்த்தியில் தான்.
தன் சுயரூபத்தை
மறைக்க முயல்பவர்களுக்குத்
தனிமை அபாயகரமானது.
எல்லாத் தேடல்களும்
தனிமையில்தான் தொடங்குகிறது.
அகத்தேடலுக்குத் தனிமையும்
புறத்தேடலுக்குக் கும்பலும் அவசியமாகிறது.

தன்னைக் காணாமல் போக
அனுமதிப்பவனுக்குத் தான்
தேடல் சாத்தியமாகிறது.
அவனுக்கும் ஈர்ப்பு இருந்தது...
அழகிய பெண்களின் விழிகள்
அதிசமாயிருந்தன.

ஆனால்
அவன் அவற்றில் மூழ்காமல்
நீந்தக் கற்றுக் கொண்டான்.
அவன் கல்லூரியில் யாரும் தன்
தனி உலகத்தைப் பகிர்ந்துகொள்ளும்
தகுதியுள்ளவர்களாய் அவனுக்குத் தெரியவில்லை.
உடலின் சுகம் முதல் அறிவோடு
முடிந்து விடுகிறது.
அவன் தேடும் ஏழாவது அறிவுக்கு
அது எப்படி ஈடுகொடுக்கும்?

அவன் கவிதை வரிகளுக்குக்
கைதட்டுபவர்கள் அவனை வசீகரிக்கவில்லை.
தான் யாருடைய கவிதை வரிக்காவது
கைதட்ட வேண்டுமென்றே
காத்திருந்தான்.

வெ. இறையன்பு

அது புதுக்கவிதை பூத்திருந்த நேரம்.
அவற்றின் உத்திகள்
சாமானியர்களையும் கவிதையை நோக்கித்
திரும்பிப் பார்க்க வைத்தன.
அவற்றில் இருந்த அங்கதம்
அவலத்தையும் கருப்பு நகைச்சுவையாக
ஆக்கிவிட்டன.
சமூகப் பிரக்ஞை பாடுபொருளானது...
பொதுவுடைமைப் பார்வைத் தூக்கலாயிருந்தது.
செருப்பின் பேட்டியும்
கறுப்பின் நேர்த்தியும்
அவற்றில் சொல்லப்பட்டிருந்தன.
வாசிப்பவர்களை வசீகரித்தது.

அவன் பாடப்புத்தகங்களின்
அட்டைகளிலெல்லாம் கவிதைக் கிறுக்கல்களே
நெருக்கிக் கொண்டு அமர்ந்திருக்கும்.

வேறு கல்லூரித் தோழர்களிடம்
வாங்கிய
இரவல் புத்தகங்களை
இரவிலேயே படித்து முடித்துத் திருப்பித் தருவான்.

கல்லூரி இறுதியாண்டில்
தன்னை இன்னும் ஆழமாகச்
செதுக்கிக் கொண்டான்.

கவிதைப் போட்டியொன்றிற்குச் சென்றிருந்தபோது
அவளைச் சந்தித்தான்.

அவளும் கவிதை வாசித்தாள் -
கவிதைக்கே கால்முளைத்தது மாதிரியொரு
தோற்றத்துடன்.

அவள் வாசிக்கும் போது
அவளே கவிதையாக ஆனாள்.

ஒவ்வொரு வரியிலும் அழுத்தம்,
பூடகமான பொருள்,
மென்மை இழையோடும் வருடலாய்
உவமைகள், உருவகங்கள், உள்ளடக்கம்
உதாரணங்கள் கண்ணெதிரே விரியும்
காட்சிகளாய்...
அவள் உதடுகளிலிருந்து
உதிர்ந்ததாலேயே அவற்றின்
மகத்துவம் அதிகரித்தன.
இருவரும் அன்று
முதல்பரிசைப் பகிர்ந்தனர்.

வெ. இறையன்பு

அவனுக்குத் தன் வாழ்வையும் பகிர்ந்துகொள்ளத்
தகுதியான நபர் கிடைத்ததாக
எண்ணம் ஏற்பட்டது.
முதல்முறையாக ஒரு பெண்ணிடம்
பேசவேண்டும் என்கிற எண்ணம்
அவனுக்கு வேர்விட்டது.

அவன் அவளை அணுகுவதற்குள்
மறைந்திருந்தாள்.
ஆனாலும் அவன் மனம் முழுதும்
நிறைந்திருந்தாள்.
வாழ்க்கைப் பயணத்தில்
வழிப்போக்கர்களாய்ப் பலரை சந்திக்கிறோம்.
சிலர் கோலமாய் வாசலிலேயே
தங்கிவிடுகிறார்கள்.
சிலர் கம்பளமாய் வரவேற்பறை வரை
வருகிறார்கள்.

சிலர் பாயாய் கூடம் வரை
விரிகிறார்கள்.

ஒரு சிலரே குத்துவிளக்காய்ப்
பூஜையறை வரை
வெளிச்சத்தைப் பொழிகிறார்கள்.

சிலரை மறக்க வேண்டும்
என முயல்கிறோம்.
ஒரு சிலரை மறக்க முடியவில்லையே
என வருந்துகிறோம்.
வாழ்க்கை எனும்
வழவழப்புத் தாளை
சிலர் காவியமாக்கிக் களிக்கிறார்கள்.
சிலர் கழிவறைக் காகிதமாக்கி கிழிக்கிறார்கள் -
அதில் நரகலை மட்டும் வழிக்கிறார்கள்.

அவள்
கோலமா குத்துவிளக்கா
என்பதில் தான் அவன் வாழ்வின் பொருள்
அடங்கியிருப்பதாக அவனுக்குட்பட்டது.

அன்பின் உச்சம்
தன் முகமே அவள் முகமாய்
ஆகிப்போனதாக உணர்வது.

அது அன்று அவனுக்கு நிகழ்ந்தது.

பார்த்தவுடன் வருவதுதான் நேசம்
பழகியபின் அரும்புவது பாசம்.

முதல்முறை பார்க்கும் போதே
விதை விழ வேண்டும்.
அது பயிராவதும்
விழலாவதும்
சூழலின் பங்களிப்பு.

நேசித்தவர்களே உலகமாகும்போது தான்
காதலின் முகவுரை எழுதப்படுகிறது.

முற்றுப் பெறாத கவிதை காதல்.

இதுவரை எந்தப் பெண்ணும்
அவன் உலகத்திற்குள் நுழைய
அவன் அனுமதித்ததில்லை.

அனுமதி பெறாமல் வருவதே காதல்.
அனுமதி பெற்றால் அது சமரசம் - ஒப்பந்தம்.

"அவளைச் சந்திக்க வேண்டும் -
அவள் கண்களை நேருக்கு நேர்
விசாரிக்கும் துணிச்சல் என்னிடம் இல்லை.

தூரத்தில் மரத்தையோ, மழையையோ
பார்த்துக் கொண்டு
பதற்றப்படாமல்
'உன்னை நான் விரும்புகிறேன்'
என்று ஒரே வரியில் உச்சரிக்க வேண்டும்."
காதல் பரிமாற்றத்தில்
எத்தனை முறை
ஒத்திகை பார்த்தாலும்
எடுபடாது என்பது அவனுக்குத் தெரியவில்லை.
ஏனெனில் காதல் நாடகமல்ல வாழ்க்கை.

பெண்களோடு பேசுவது
அவனுக்குப் பிரம்மப் பிரயத்தனம்.

ஒரே வாரிசு என்பதால்
அவனுக்குப் பரிச்சயமான ஒரே பெண்மணி
அவன் தாய் மட்டுமே.
ஆனாலும் அவனுக்கு
ஏற்பட்டது தந்தையின் தாக்கமே !

கடின உழைப்பையும்,
கடனற்ற வாழ்வையும்,
கனிவான நடத்தையையும்
அவரிடமிருந்து
கைக்குட்டையைப் போல ஒற்றிக் கொண்டான்.
அவரிடம் கடைசி விரல் போல ஒட்டிக் கொண்டான்.

"எப்படி அவளைச் சந்திப்பது...
எவ்வாறு பேச்சை ஆரம்பிப்பது"
என்று முதல்முறை மேடையில்
திடீரென தயாரிப்பின்றி
பேசப்புகுந்தவன் போல் தடுமாறினான்.

முகத்தில் தெளித்த சாரலாக
இல்லாமல்

முகத்தில் அறைந்த கதவாக
அவள் நடந்து கொண்டால் என்ன செய்வது ?

இதுவரை
அவன் கேட்டு யாரும் எதையும்
மறுத்ததில்லை.
மறுக்கிற மாதிரி எதையும்
அவன் கேட்டதுமில்லை.

நிராகரிப்பால் நிகழும்
நிராசை
மிகப்பெரிய அவமானமல்லவா ?

இதயத்தில் ஊடுருவிய அம்பாய்
அது வாழ்நாள் முழுவதும் வலிக்குமே.

அடைகாக்கும் காதல்
நிறைவேறாத நேசத்தினும்
புனிதமானதாயிற்றே

மடியிலிருக்கும் பாலாய்
அவன் கனவுகள் காத்திருந்தன.

வெ. இறையன்பு

வாழ்க்கை திகில் நாவலின்
சுவாரசியம் போன்றது.

கடைசிப் பக்கம்
வராமலிருக்கும் வரைதான்
வாசிப்பில் லயம்.

காத்திருப்பது ஒருவித சுகம்.
நல்ல விஷயங்களுக்காகக் காத்திருப்பது
தவத்தைப் போல
வசந்தமானது.

எல்லாக் காத்திருத்தலும்
ஒரேமாதிரியல்ல.
மகப்பேறுக்காகக் காத்திருப்பதும்,
மருத்துவமனையில்
பிரேதப் பரிசோதனைக்காகக் காத்திருப்பதும்
முரண்பட்ட எதிர்பார்ப்புகள்.

அவன் மொட்டு விரிவதற்காகக் காத்திருந்தான்.
பட்டு நெய்வதற்காகப் பார்த்திருந்தான்.

உள்ளத்திலிருக்கிற உணர்வை
உதடுகளில் கொப்பளிக்க
அவனுக்கு மனம் வரவில்லை..

பயத்தினாலேயே
பல காதல் மொட்டுகளின்
கழுத்து திருகப்படுகின்றது.

அவள் படிக்கும் கல்லூரிப் பக்கம்
பலமுறை சென்றான்.
அவள் விழியில் விழமாட்டாளா
என்ற ஏக்கத்தில்.

பார்த்தால் மட்டும் என்ன
செய்துவிடப் போகிறான் -
இன்னொரு முறை அந்த
இலக்கியத்தை உள்வாங்குவதைத் தவிர

“கடிதம் எழுதலாம்
இதயத்தையே பிழிந்து..
இத்தனை நாள் எழுதிய
காதல் வரிகளையெல்லாம் கசக்கிச் சாறெடுத்து

ஆனால் வேறு யார் கையிலாவது
அகப்பட்டு விட்டால் …?
பெயருக்குக் களங்கம்
பெருமளவு வருமே !"
பலருக்கு அவர்கள்
பிம்பமே எதிரி...
அவர்களைப் பற்றி மற்றவர்கள்
வைத்திருக்கும் அபிப்ராயமே
வைரி.

இவர்கள் முடிகளைப் பாதுகாக்கிற
மும்முரத்தில்
முகத்தையே இழந்து விடுகிறார்கள்.

அகம் சரியில்லாத போது
புத்தகத்தில் இருப்பது
மத்தகத்தில் நுழைய மறுக்கிறது.

பூக்களைப் பார்க்கும் போதெல்லாம்
இந்த மலரை அவள்
கூந்தலுக்கு வைத்தால்
எவ்வளவு அழகாக இருக்கும்
என்றே எண்ணினான்.

தூறல் விழும்போது
அவளோடு கைகோத்து
தட்டாமாலை சுற்றினால் எவ்வளவு சுகம்
என நினைத்தான்.

உலகமே அவளுக்காகவே
இயங்குவதாகக் கற்பனை செய்து
இனித்திருந்தான்..

வெ. இறையன்பு

அவன் கல்லூரிச் சூழல்
ஆசிரமம் போல அழகானது,
ஆழமானது, அமைதியானது.

காலை ஏழு மணிக்கே
ஆரம்பமாகும் செயல்முறை வகுப்புகள்.

பாத்திகளின் நடுவே
பருத்திகளின் அருகே
மண்வாசனையை நுகரும்
மகத்தான அனுபவங்கள்.

பழங்களை, காய்களை, பயிர்களை
நேசிக்கக் கற்றுத் தரும்
பாடத்திட்டம்.

அறிவியல் பாடம் மனத்தில்
ஊன்றப்படும் போது
கலைகளின் பரிச்சயமும்
கட்டாயமாக்கப்படும்
முழுமை அங்கு உண்டு.

அறிவியல் மூளையையும்
கலை இதயத்தையும்
சரியாகப் பதியம் போடும்
சத்துமிகு விவசாயம் அது.

விழிப்புணர்வு விதைகளை ஊன்றி
நம்பிக்கை நாற்றுகளை நட்டு
சந்தேகக் களையகற்றி
உற்சாக உரமிட்டு அறிவை
அறுவடை செய்யும்

தாவரவியல் படிப்பு அது.

ஆண்டுதோறும் அங்கு மூன்று நாள்
முழுவீச்சில் நடக்கும் கொண்டாட்டம்
முத்தமிழ் விழா.

ஓராயிரம் பறவைகள்
ஒரே நேரத்தில் சிறகடிப்பதைப் போல
கைதட்டல்களை எதிரொலிக்கும்
இலக்கிய நிகழ்வுகளில்
அரங்கம் அதிரும் அதிசயம் நடக்கும்.

சுளை சுளையாய்ச் சொற்பொழிவுகள்
வெட்டி மன்றமாகாத பட்டிமன்றங்கள்
தமிழிசை தவழும் கலை நிகழ்வுகள்
நளினமாய் நடைபோடும் நாட்டியங்கள்
பூடகமாய்ப் புரிய வைக்கும் நாடகங்கள்
இவையே முத்தமிழ் போற்றும் ஊடகங்கள்.

வெ. இறையன்பு

அந்த ஆண்டின் கடைசி நாள்
கல்லூரிகளின் கலை நிகழ்ச்சிக்கு ஏற்பாடு -
அதுவும் ஒரு புதிய ஏற்பாடு.

யாரும்
திரும்பிப் பார்க்காததாலேயே
அரும்பும் திறமைகள்
கூம்பிப் போகின்றன
என்பதால் இளமையைப் போற்றும் இனிய முயற்சி.
அந்த இனிய முயற்சி
அவனுக்கு இன்ப அதிர்ச்சி.

ஆண்டாள் பாசுரத்திற்கு அவள் ஆடினாள்..

வானொலியில் ஒலிக்கிற பாட்டு
முதலிரவு மாதிரி
ஒலிநாடாவில் கேட்கிற பாட்டு
இரண்டாவது இரவு போல.

எதிர்பார்க்காதது நிகழ்கிற போது
இனிப்பு இரட்டிப்பாகிறது.

ஒவ்வொரு ரசமும் உருகி ஓட
மந்திரக் காட்சியாய் இருந்தது அவள் நடனம்.

அற்புத நடனமாய் ஆண்டாள்
அவள் ஒவ்வொரு அசைவிலும் மாண்டான்.

நடனம் முடிந்தும்
மேடை முழுவதும் அவளே தெரியும் பிரமை.
ஓடிச்சென்று அவளை
ஆட்கொள்ள வேண்டுமென துள்ளியது உள்ளம்.

வெண்திரை மூடி
விளக்குகள் எரிந்தபோது
வெளியே வந்தது வெட்கம்.

இரண்டாவது வாய்ப்பிலும்
அவளை அண்டவே இயலவில்லை.

இரண்டாம் வாய்ப்பே அவனுக்கு
இறுதி வாய்ப்பானது.

வெ. இறையன்பு

தூரத்தினாலேயே
தொலைகின்ற காதல்கள் அதிகம்.

முகவரி கிடைக்காததாலேயே
முறிகின்ற நேசங்கள் அநேகம்.

படிப்பு முடிந்ததும் பணி தேடிப் பயணம்.

பணிக்கென ஆயத்தம்
பலகாதப் பயிற்சி.

குளிர் பனிமலைச் சாரலில்
அமைந்திருந்தது அவர்கள் நிறுவனம்.
வங்கிப் பணிக்காக பல மாதம் அங்கேயே
தங்கிப் படிக்கும் கட்டாயம் அவனுக்கு.

பனி படர்ந்த மலைகள்
படங்களில் அழகுதான்.
அங்கேயே பலநாட்கள் தங்கிப் படிப்பது
என்றால் அது கட்டாயத் தண்டனை.

அழகுக்கும்
தொலைவுக்கும் தொடர்பு அதிகம்.

அயல் மொழி
அந்நியச் சூழல்
பழகாத உணவு
பொருந்தாத உடை
போகாத பொழுது...

என நிமிடமே மணியாய் நீண்டது.

சோம்பல் வரும் போதெல்லாம்
அவளையே நினைத்துக் கொள்வான்.
அவள்
நினைவையே அணைத்துக் கொள்வான்.

ஆங்கிலம் என்பது
மொழியன்று
அது அந்தஸ்து என்பதை
அங்கேதான் அவன் உணர்ந்து கொண்டான்.
கருத்து பண்டமாக இருக்கலாம்
ஆனால் மொழியே பாத்திரம்.

ஓட்டைப் பாத்திரத்தில்
உயர்ந்த பண்டமும் ஒழுகிவிடும்.

வெ. இறையன்பு

உறிஞ்சுபவர் வாயின் அமைப்பே
உரிய பாத்திரத் தேர்வுக்கு இலக்கணம்.

ஒவ்வொரு முறையும்
அவன் தமிழில் சிந்தித்து
ஆங்கிலத்தில் மொழிபெயர்த்து
அவஸ்தைப்பட்டான்.

ஆங்கிலத்தில் சிந்திக்க ஆழ்மனம் பயில வேண்டும்
என்பதால்
அன்றாடம் ஓர் ஆங்கில நூலை வாசிப்பான்
கடினச் சொற்கள் கால் இடறி விழாமல் இருக்க
அகராதித்தூணை அழுத்தமாய்ப்
பற்றிக் கொண்டான்.
ஆரம்பத்தில்
அடர்ந்த காடாய் பயமுறுத்திய ஆங்கிலம்
பயிலப் பயில
அகன்ற தோட்டமாய்த் தோழமை கொண்டது.
திருமணம் என்பது
கட்டாயச் சடங்கு.

அதிகம் படிக்கிற பெண்களுக்கு
அதுவே தடை

மலரத் துணைபுரியும் சூரியனே
உச்சத்தில்
கருகச் செய்யும் கருணையின்மை போல.

பயிற்சியில் பலருக்குத்
திருமணமே இலக்கு
ஆண், பெண்ணைவிட
எந்தவிதத்திலும் உயர்வு இல்லை என
உரக்கக் குரலெழுப்புபவர்கள் கூடத்
தம்மைவிட அதிகத் தகுதியுள்ள ஆணையே
கரம்பிடிக்கக் காத்திருந்தார்கள்.
இரண்டு மாதங்களுக்குள்ளேயே
இருபது ஜோடிகள் உருவாயின.

பயிற்சி முடியட்டும்
என்று இன்னும்
பலரும் காத்திருந்தனர்.

அவனிடமும் சிலர்
நெருங்க நினைத்து
அவன் கிறங்க மறுத்ததால் விலகிச் சென்றனர்.

வெ. இறையன்பு

இன்னாரின்
மகனாக அறியப்பட வேண்டுமென்ற
உறுதியே மனத்தில் மையமிட்டிருந்தது.
மற்றொருவரின் மருமகனாய்
அடையாளம் காணப்பட அவன்
ஒருபோதும் ஒத்துக் கொண்டதில்லை.

அவன் இதயத்தில் இடமில்லை.
அங்கே ஏற்கனவே
வைரக்கிரீடம் வைக்கப்பட்டிருக்கும்
வைராக்கியம் இருக்கையில்
கூழாங்கற்கள் கூத்தடிக்க
ஏது வாய்ப்பு.

அவன் பாறையாய் இருந்தான்
கல்லூரி அவனை செதுக்கியது -
வங்கித் தேர்வு அவனைப்
பட்டை தீட்டியது -
மேலாண்மை நிறுவனம் அவனுக்கு
வண்ணம் கூட்டியது.

உயர்ந்த பணியை அடைவது
சிகரம் அடையும்
சிரமம் போன்றது.

அந்தப் பணிக்குத் தகுதியாய்
அமைத்துக் கொள்வது சிகரத்திலிருந்து
சிதையாமல் திரும்பி வருவது போன்றது.

தொடர்ந்த நேர்மையும்
மக்கள் மீது மாறாத அன்பும்
நீர்த்துப் போகாத ஆர்வமும்
உண்மைக்குச் சார்பாக வாழ்வதும்
ஒருங்கே அமையப் பெற்றால் தான்
பணிக்குப் பெருமை
பணியால் நமக்கும் பெருமை.

பரிட்சைக்குப் படித்ததை விட
பயிற்சியில் அவன் அதிகம் படித்தான்.

அந்நியச் சூழலும்
அவன்
கண்ணிய நடத்தையால்
கைகுலுக்க ஆரம்பித்தது.

திரைப்பட அறிமுகப் பயிற்சியும்
அங்கே திறம்பட நடந்தது.
அதில் தான் அவனுக்குத்
தரமான திரைக் காவியங்கள் அறிமுகமாயின.

இதுநாள் வரை
இடுப்புக் குலுக்கலை இரசித்து வந்தோமே
என இரவு முழுவதும் வருத்தத்தில்
சிறுத்தான்.

பத்துப் படங்கள் -
ஒவ்வொன்றும் அவன் சேமித்த
சொத்தாய் ஆனது.
நேரத்தை முறையாய்ப் பயன்படுத்தினால்
முதலீடு ஆகும்.

வாழ்க்கை குறித்த
அவன் பார்வை விரிந்தது.
வறுமை குறித்த
அவன் மனநிலை பரந்தது.

ஒவ்வொரு படம் குறித்தும்
ஒருவாரம் சிந்திப்பான்.
அதில் துயரப்படும் பாத்திரமாய் ஆனதால்
அவன் மனம் முழுதும் ஒடுக்கல்கள்.

சின்ன வயதிலிருந்தே கருணை அவனுக்கு
அதிகமாய்க் கசியும்.
பன்றியைக் கொல்வது பற்றி யாரோ
அவன் பத்தாம் வகுப்பு படிக்கும் போது
பகர்ந்ததைத் கேட்டு
பலநாட்கள் தூக்கமின்றித் துயருற்றிருந்தான்.

சிரித்துப் பேசும்
யாரைப் பார்த்தாலும்
'இவர்களுக்குப் பன்றியைக் கொல்லும்
பரிதாபம் தெரியாதா ?'
என்று வருத்தப்படுவான்.
பன்றியைக் காட்டிலும் பரிதாபமாக நடக்கும்
படுகொலைகள் அப்போது அவனுக்குப்
பரிச்சயமாக வில்லை.

அவன் வாசித்த இலக்கியம்
பார்த்த திரைப்படம்
கேட்ட நிகழ்வுகள்
தரிசித்த மனிதர்கள்...

அனைத்துமே அவன் மீது தூரிகையாய்
விழுந்து ஓவியமாக்கின.

வாழ்வு என்பது
விழிகளோடு முடிவதில்லை -
விரல்களில் ஆரம்பமாவது என உணர்ந்தான்.
அவன் வாழ்வின் பொருளைத் தேடிப் பிடித்தான்.

வாழ்க்கையைப் பொருத்தவரை
பலர் வழிப்போக்கர்களாகவே இருக்கிறார்கள்.
சிலர் சுற்றுலாப் பயணிகளாகச் சுகமடைகிறார்கள்.
சிலர் விருந்தினர்களாக வசிக்கிறார்கள்.
சிலர் மட்டுமே ரசித்து, ருசித்து மகிழ்கிறார்கள்.

'இனி வாழ்வின் ஒவ்வொரு நொடியையும்
உன்னதமாக்குவேன்'

என்ற வைராக்கியம் அவனுக்கு
அங்குதான் வைரம் பாய்ந்தது.

பயிற்சித் திட்டத்தில் உள்ளங்கையாய்
இருந்தது 'மலைப் பயண வாசம்'

உயர்ந்த மலைகளுக்குக் கால்நடையாகப்
பயணிக்க வேண்டும்
ஒவ்வொரு குழுவும்
ஒவ்வோர் இடத்திற்கு.

குழுவாகப் பயணிப்பதில்
பொறுமைக்குச் சோதனை

இருவர் கூடினாலே
முதல்நாள் மகிழ்ச்சி –
மறுநாள் தளர்ச்சி
பின்னர் நெகிழ்ச்சி
இறுதியில் இகழ்ச்சி.

இருபத்து நான்கு மணிநேரம்
இருவர் ஒரே இடத்தில் ஒன்றாக இருப்பது
நன்றாக இருப்பதில்லை.

இணைந்தே இருக்கும் கட்டாயம்
விரிசல்களைப் பிளவுகளாக்கும்.
அதனால் – நட்பு அஸ்திவாரமே
ஆட்டங்காணும்.

வெ. இறையன்பு

அவன் குழு
'கங்கோத்ரிக்கு' கால்நடைப் பயணம்.

முதுகில் துணி, மூன்று நாள் உணவு
வனக் காலணி, தண்ணீர்க் குப்பி
கனமான உடைகள்
கவசம் தலைக்கு
என்று பலமான தயாரிப்புகளுடன்
தொடங்கியது தேடல்.

இமயமலை தான் எத்துணை அழகு !
அதன் பிரம்மாண்டத்தில்
நாம் எம்மாத்திரம் !

சமயத் துறவிகள் இமயத்திற்குச் சென்றது
அதனால் தான்.
அங்கே போன உடனேயே
தன்முனைப்புத் தானாய்க் கழன்று கொள்ளும்.
சமயமற்றுப் போவதே தூய சமயம்.
பளிங்கு நீராய் சலசலத்து ஓடும்
ஜீவநதிகளைக் கண்டபோதெல்லாம்
இப்படியொரு ஆறு தமிழகத்தில் இல்லையே
என்ற ஏக்கமே அவனுக்கு எழும் !

வற்றாத ஆறு வளமாக ஓடினால்
'எத்தனை சாதனை எம்மக்கள் படைப்பர்'
என்று கரையிலமர்ந்து வெகுநேரம் கலங்குவான்.

அபரிமிதத்தால் வருகிற செழிப்பினும்
பற்றாக்குறையால் ஊறும் பொறுப்பு
உன்னதமானது.

அந்த உட்புற மலைகளில்
செம்மறித் தோலில் ஆடைகள் செய்து
செம்மையாய் வாழும் மக்களைக் கண்டான்.
அவர்கள் உடையில் மட்டும் செம்மறி
நம் உணர்வில் கூட செம்மறி
என எண்ணிக் கொண்டான்.

அவர்கள் மகிழ்ச்சியை யார் திருட முடியும் ?

வெ. இறையன்பு

பயிற்சியில் ஒவ்வொரு கட்டத்தின் போதும்
அவன் பொறுமை வளர்ந்தது -
இறுக்கம் தளர்ந்தது.

கடைநிலை மக்கள் மீது
கனிவு அதிகரித்தது.
அவனுக்குள் நிகழ்ந்தது
அற்புத ரசவாதம்.
சகமனிதர்கள் பற்றிய யுகக் கனவுகளை
அடைகாப்பதே அவன் கற்றலானது.

இருபத்தைந்து வயதிலேயே
கருத்துகளில் நரைத்திருந்தான்.

பயிற்சியில் மற்றோர் அங்கம்
குக்கிராமம் ஒன்றில் கொஞ்சநாள் வசித்தல்.

அவனுக்கு ஒதுக்கப்பட்டது
ஒதுக்கப்பட்டவர் வாழும் ராஜஸ்தானின்
பின்தங்கிய கிராமம்.

ஒட்டக வண்டியில் பயணம்.
அடிப்படை வசதிகள் அறவே அற்ற
கிராமத்தில் வாசம்.
கள்ளமற்ற அவ்வூர் மக்களுடன்
பத்துநாள் சகவாசம்.

அங்கே அவர்களிடம்
வறுமையிலும் செம்மை.
மயில்களும், மைனாக்களும்,
குயில்களும், புறாக்களும்
கிராமம் முழுவதும்
சுதந்திரமாகச் சுற்றித் திரிந்தன.

தந்திரமாக யாரும் பிடிக்க முனையாததால்.

ஊர் மக்கள் அனைவரும்
இவர்களைப் பார்த்தால்
தலை தரையில் படும்படி
'ராம்! ராம்!' என்று வணங்குவார்கள்.

'இவர்களுக்குத் தான்
அதிகாரிகள் மீது எவ்வளவு நம்பிக்கை
அதற்குரிய யோக்யதையை
வளர்த்துக் கொள்ள வேண்டாமா ?'

அவ்வூரை விட்டு அகலும்போது
சிந்தித்தான்.
'இவர்களுக்கெல்லாம் சுதந்தரம் எப்போது
கிடைத்திடும்'

இத்தனை இடிபாடுகளுக்கிடையேயும்
எல்லா நேரமும்
மனத்தின் ஓரமாய்
இழையோடும் அவள் பற்றிய இனிய நினைவு.

நல்ல எண்ணத்தை விதைத்தால்
என்றேனும் ஒருநாள்
முளைத்தே தீரும் என்பதில்
அதீத நம்பிக்கை அவனுக்கு.

அப்போது அவனுக்குத் தெரியாது
அவன் தொலைத்த தென்றலை
எந்தப் பூங்காவில் தேடமுடியுமென்று ?

பதவி நாற்காலியின்
உயரம் அதிகம். அதனால்
உட்கார வைக்கவும் முடியும்
உருட்டி விடவும் இயலும்.

அதன் உயரத்தில்
மற்றவர்கள்
எல்லோரும் குள்ளமாய்த் தெரிவார்கள்
மலைகளும் பள்ளமாய்த் தெரியும்.

அவன் பணியேற்ற போது
உண்டான
பரவசத்தைக் காட்டிலும்
பதற்றமே அதிகம்.

எதிர்பார்ப்புகளை ஏமாற்றமாக்காமல்
இருக்க வேண்டுமே
என்ற தவிப்பும் இருந்தது.

அவன் அதிகாரம் புரியாத மனிதாபி
அரிதாரம் பூசாத அதிகாரி.

அவனுக்குப் பணி வேள்வி
ஒவ்வொரு நாளும் மந்திர உச்சாடனம் -

வெ. இறையன்பு

வங்கிக் கணக்கின் ஒவ்வொரு
வரவு செலவும் யாகத் தீ !
கடன் திட்டங்கள் பற்றி
வருகிற விண்ணப்பங்கள்
துள்ளித் திரும்பும்
வேகமும்,
அழுத்தமாய் எழுதப்படும் குறிப்புகளும்
அவன் திறமையைத் திரட்டின.
பணிநேரம் மட்டுமே
அலுவலகத்தில் அமர்ந்திருப்பான் பூரணமாய்.
மற்ற நேரம் மக்கள் மத்தியில்.

அவன் கடன் வழங்குவதைக்
கடனே என்று செய்யவில்லை.
தேவை, பின்னணி, ஆர்வம் அறிந்து
அளித்த காரணத்தால்
வெளிச்சம் வரவர வெளியே விரையும் இருளாய்
துயரங்கள் நீங்க
அவர்கள் வாழ்க்கை ஒளிர்ந்தது
வங்கியின் நலனும் மிளிர்ந்தது.

உழைப்புக் கோபுரத்தை
மனிதநேயக் கடக்காலால் எழுப்பினான்.

அவன் இனிய பேச்சில்
இலவு கூட பழுக்கும்
எட்டி கூட இனிக்கும்.

காயடிப்பது போல கடுமையாகக்
காரியம் வாங்காமல்
பூப்பறிப்பது போல
பூரிப்புடன் இலக்கை எய்துவான்.
அவன் தலைமையில் ஒவ்வொரு
வங்கி ஊழியரும்
கடிகாரம் தன்னைக் கட்டிப்போடாமல்
கடமையால் பிணைக்கப்பட்ட
சிப்பாய்கள் ஆனார்கள்.

பள்ளிகளும், கல்லூரிகளும்
அவன் மேன்மையான உரைக்கு
மேடையமைத்துத் தந்தன.

எல்லா இடங்களிலும்
அவன் புகழும், குரலும் எதிரொலித்தன.

வெ. இறையன்பு

அன்பும், எளிமையும்
முரட்டு முஷ்டியையும் முறிக்கும் ஆயுதங்கள்.

புன்னகைத் தண்ணீரே
வன்மத் தீயை வலுவிழக்கச் செய்யும்.

பணியின் நிமித்தமாகத் தன்னிலும்
வயதானோர் தன்கீழ்ப் பணிபுரிய நேரிடினும்
அவர்கள் வயதுக்குரிய மரியாதையை
அவன் ஒரு போதும் குறைத்ததில்லை.

மேலாளர் என்பதால்
தான் மேலானோன் அல்ல
குமாஸ்தா என்பவர்
குனியவேண்டியவரும் அல்லர்
என்கிற நோக்கே அவனது தொலைநோக்கு.

எப்போதாவது மின்னலாய்த் தோன்றி
மறைந்ததாலேயே அவன்
கோபத்தால்
பலர் சீர்றமடையாமல்
சீர்திருத்தமடைந்தனர்.

அவன் நடவடிக்கைகள்
பிணத்தைக் கிளறும் வல்லூறாக இல்லாமல்,
புத்தவதார ஃபீனிக்ஸாய் இருந்தன.

இரவு நேரங்களில்
இமையணைகளை மீறிப் பெருக்கெடுத்து
நெற்றியில் வழிந்து தலையணை
நனைக்கும் கண்ணீர்.

"அவள் எங்கிருக்கிறாளோ
அன்பு வலிதென்றால் வந்து சேர்வாளே !
நம் அன்பில் ஏதோ குறைபாடு"
என்று வருத்தத்துடன் இறுக்கத்தில்
உறக்கத்தைத் தழுவுவான்.

இனிமையை இதழ்களிலும்
உருக்கத்தை உள்ளத்திலும்
ஏந்துகின்ற உயர்பதவி இளைஞர்களின் இல்லம்
சத்திரமாவது நித்தமும் வாடிக்கை.
காரியத்திற்காக வருபவர்கள்

காலை உணவையும் முடித்தே செல்வார்கள்.
சென்னைக்கு கூட்டத்திற்குச் சென்றால்
என்ன செய்வது
என்று இரவே வந்து தங்கி, வங்கியிலிருந்து
அவன் வரும்போது வரவேற்கக் காத்திருப்பர்.
அருகிலிருக்கும் புனிதத்தலங்களுக்கு
யாத்திரை வருபவர்களுக்கு
அவன் வீடே நித்திரை மண்டபம்.

வருகிற வருமானம் அவர்களுக்கு
ஆக்கிப் போடுவதற்கே தாக்குப் பிடித்தது.

'நூறு பேருக்கு உதவுகிறோம்'
என்கிற திருப்தியைத் தவிர வேறெதுவும்
சேமிக்க முடியவில்லை.

சனிப்பெயர்ச்சியின் போது
வழக்கத்திலும் அதிகக் கூட்டம்.
அருகிலிருக்கும் திருநள்ளாரில்
சனி பிடித்தவர்கள் வேண்டுதலுக்கு
அவனது வீடே தர்ம சத்திரம்.

தோளில் போடுகிற கையைத்
தோழமை என்று அனுமதித்திருக்க
அது கழுத்தை நெருக்க முற்படும்போது
கசப்பு வரத்தானே செய்யும்.
ஒருவாரம் அவனுடன்
தங்கிப் பார்த்த தந்தை

அங்கு நடக்கும் அனைத்தையும்
அங்குலம் விடாமல் கவனித்தார்.

"திருமணம் ஒன்றின் மூலம் தான்
மகனின் வாழ்வில் நறுமணம் கிடைக்கும்.
நீர்வற்றிய குளத்தில்
கொட்டியும், ஆம்பலும் கூட
வற்றலும் தொற்றலுமாய் வாடியே போகும்"
பெற்றவர் உள்ளம் எப்போதுமே
மற்றொரு பாதையில் பயணம் செய்யும்.
அவனுடன் வந்து தங்கியிருந்ததால்
அத்தனை துன்பமும் பதுங்கியிருக்கும் !
மகனுடன் சென்று வசிப்பதா
பசித்தாலும் புலி புல் புசிப்பதா
என்று பலமுறை யோசிக்கும்
சுயமரியாதை,
அவமரியாதை செய்யாத மகனிடம்
அறவே தேவையில்லை என
அவரிடம் யார் சொல்வது !

வெ. இறையன்பு

தும்பை விட்டு வாலைப் பிடிக்க
தெம்பை இழந்த காலத்தில்
முயற்சி செய்தால்
முடியுமா ?

“உனக்குத் திருமணம் தேவை !
உன் பணியின் பதற்றம் -
வயதின் தேவை -
எங்கள் கடமை -
வீணரின் நெருக்கம்

என அனைத்துக்கும் தீர்வு திருமணத் தேர்வு.”
அவனிடம் தீர்க்கமாய் முன்மொழிந்தார்.
அவனோ அதற்கு வழிமொழியாமல்
வாளாவிருந்தான்.

"தோளில் இருக்கும் சுமையைப்
பகிர்ந்து கொள்ள
ஆள் தேடினேன்.
இப்போது அவனையும்
சேர்த்து சுமக்கிறேன்.
காப்பாற்ற
காவலுக்கு ஆள் வைத்தேன்.
இப்போது அவனையே அதிகமாய்
கண்காணிக்கிறேன்"

என்று எங்கோ வாசித்த கவிதை
நினைவுக்கு வந்து, நிம்மதி அழிந்தது.

தன் பெயருக்குப் பின்னால்
இருக்கும் பதவி வெறும் பெயருக்கு;
அதனால் திருப்தி கிடைக்கலாம்
திரவியம் கிடைக்காது -
உதவி செய்யவே பதவி -

மென்மையாய் இருப்பதே இலக்கு
என்கிற தத்துவம் எதுவும் புரியாமல்
தத்துப்பித்தென்று யாரேனும் வந்தால்
தத்தளித்து விடுமே வாழ்வு !
"எனக்கானவள் எங்கோ இருக்கிறாள்.
அவளுக்குக் கவிதையுள்ளம் -
கருணை இதயம் -
அவளுக்காகக் காத்திருப்பேன் -

வெ. இறையன்பு

கடைப்பாலின்
இச்சையை நீத்திருப்பேன்?"

பணி என்பது பரிசுகளுக்காக அன்று;
பதவி என்பது பதக்கங்களுக்காக அன்று;
அதை ஆற்றுகிற போது ஏற்படும் மகிழ்ச்சியே பரிசு
நிறைவே பதக்கம்
நிம்மதியே கேடயம்.
கடன் வழங்கும் முகாம்களில்
தன்மீது விழுகிற துண்டுகளைக் கூட
மேடையை விட்டு இறங்கி வரும்போது
ஏழையின் மீது போர்த்திவிட்டு வருவான்.

கிளைகளில் பணியாற்றுபவர்கள் சிலநாட்களில்
மதியம் வாங்கி வைக்கும் உணவுக்கான
செலவைக்கூட உடனடியாகப்
பலர் பார்த்திருக்க அளித்து விட்டே
அங்கிருந்து அகல்வான்.
கையூட்டுக் களங்கம் அணுவளவுகூட
கைகளில் ஒட்டக்கூடாது என்பதில்
கவனமாயிருப்பான்.

அனைத்துக் கோப்புகளிலும் கையொப்பமிட்டும்.
கேட்கவேண்டிய கேள்விகளைக்
குறிப்பால் உணர்த்தியும்,
'பேசுக' என்று சிலவற்றின்
முதுகில் முத்திரை குத்தியும்,
இருக்கும் எழுத்துப் பிழைகளைக்கூட

சிவப்பு மையால் வட்டமிட்டுச் சுட்டியும்
தேர்வுக்குப் படிக்கிற நுணுக்கத்துடனும்,
காதல் கடிதமெழுதும் மகிழ்ச்சியுடனும்
பார்த்து முடித்தபின்பே படுக்கைக்குச் செல்வான்.

அவன் வங்கித் தேர்வுக்குப்
படித்ததைப் பார்த்திருந்தால்
இன்றைய இளைஞர்கள் பலரும்
சோம்பல் முறித்துச் சுறுசுறுப்பாவர்.

இரண்டு மணிநேரத் தூக்கம்
இருபது மணி படிப்பு மீதம் இரண்டு மணியோ
இசை, நடை, இளைப்பாறுதல்

படிக்கும்போதே செய்திகளை
விழிகள் மூளையில் வரிசையாய்
அடுக்கி வைக்கும் அழகே படிப்பு.,

அதில் உருட்டியோ, புரட்டியோ,
எப்படி கேள்வி வந்தாலும்
தாமிரபரணி தண்ணீராய்ப் பதில்
தெளிவாய் வந்து ஸ்பஷ்டமாய் விழும்.

நேசித்துச் செய்பவர்கள் கைகளில்
மார்கழிப் பிள்ளையார் கூட சிற்பமாகி விடுகிறது.

படகு வழங்கப் பக்குவமாய்க் கடன் அளித்து
சேமிக்கும் செம்மையை மீனவர்கள்
வாழ்க்கையில் புகுத்தியதால்
அவர்களும் அவன்

பாசவலைக்குள் அகப்பட்டனர்.
அவன் வந்த பிறகு அந்தக் கோட்டத்தில்
கடன்கேட்டுப் போராட்டங்கள் இல்லை.
திருப்பிச் செலுத்தாத தொல்லைகள் இல்லை.
வங்கிக்குள்ளும் கலவரம் இன்றி
நிலவரம் எப்போதும் நிம்மதி, நிம்மதி.
ஊருக்கு நிம்மதியை உற்பத்தி செய்து
உள்ளுக்குள் கலங்கி
புழுங்கித் திரிந்தான்.

அந்த ஒரு நாளில் துணிச்சலை
துணைக்கழைத்திருந்தால்
இன்று அவலத்தை
அரவணைத்திருக்க மாட்டான்.

"நீயே எனக்கு இன்னொரு பாதி
என்னிலும் சிறந்த மற்றொரு பாதி"
என்று சொல்லாமல் விட்டதைச்
சொல்லி சொல்லி புலம்பித் திரிந்தான்.

பகிர முடியாத அனுபவம் காதல்.

அன்புள்ளம் கொண்ட
இளைஞர்களின் வைராக்கியங்கள்
சமூகத்தின் முன்
இரும்புக் கோட்டைகள்
பெற்றோர் வாக்குக்கோ
மணல் வீடுகள்,
தாயின் கண்ணீரும்,
தந்தையின் கவலையும்
அவற்றைக் கரைத்து விடுகின்ற
சக்தி படைத்தவை.

ஒவ்வொரு முறை
ஊருக்குப் போகும் போதும்
போருக்குப் போனவன் போல்
போராட முடியுமா ?
எதையுமே இதுவரை
கேட்டே இராத பெற்றோர்
கெஞ்சிக் கேட்கும்போது எப்படி
மறுத்திட முடியும்.

அவன் திட உள்ளமும்
கொஞ்சம் கொஞ்சமாய் உருகி
திரவமாய் மாறத் தொடங்கியது.

உள்ளுக்குள் எப்போதும்
திருமணம் பற்றிய நடுக்கம் உண்டு.
திருமணம் சிலருக்குத் திருப்புமுனை.
பலருக்குக் கத்திமுனை
சிலருக்குப் பூமாலை
பலருக்கு மலர்வளையம்
சிலருக்கு முகவுரை
பலருக்கு முடிவுரை
பல வீடுகளில்
கணவன் மனைவி வல்லரசாவதால்
குழந்தைகள் குட்டிநாடுகளாய்
குழப்பத்தில்.

சமூகத்திற்கென்றே சிலர் படைக்கப்படுகின்றனர்.
அவர்கள் குடும்பம் என்னும்
குறுகிய எல்லைக்குள்
அடைக்கப்படும் போதெல்லாம்
சிதைக்கப்படுகின்றனர்.
தன்னுடன் இன்னொரு கரமாய்
இருந்திட நினைக்கும் பெண்
எங்கே கிடைக்க முடியும்
அவளைத் தவிர.
அவள் மீது மட்டும் எப்படி
அவனுக்கு அதீத நம்பிக்கை.

பதச்சோறு மூலம்
பானையின் தரமும் தெரியும்.

முழுநூலைப் படித்தபின்பே
புத்தகம் வாங்க யாரும்
முனைவதில்லை.
ஓரிரு பக்கங்கள் போதும்.
அறிவு நொண்டியடிக்கும்போது
உள்ளுணர்வே ஊன்றுகோல்.

தகுதி வாய்ந்த இளைஞனொருவனின்
தனிமை பலருக்கு நப்பாசை.

எந்தச் சிரமும் இல்லாமல்
வசதி வட்டத்துக்குள் ஐக்கியப்படுத்த
பெண்ணை
உயர்பதவியில் உள்ளவர்க்குத்
திருமணம் மூலம் நிகழ்த்திக் காட்டத்
தீர்மானிப்பார்கள்.

பணமும், பதவியும்
கலப்புத் திருமணம் புரிந்தால்
பிறக்கும் குழந்தைகள்
அநேகமாக அராஜகமும், ஆணவமும் தான்.

திருமணச் சந்தையில்
தம்மையுமறியாமல்
தன்னையே விற்றுக்கொள்ளும்
இளைஞர்கள் ஏராளம்.

இங்கே ஆடுகளும்
மாலையணிவிக்கப்பட்டே
பலியிடப்படுகின்றன.

அவனுக்கும் அப்படிப்பட்ட
நச்சரிப்புகள் நாளடைவில்
நமைச்சல்களாயின.

மாளிகை காட்டியும்
மற்றவை பேசியும்
தூதுவிட்டுத் தொல்லை தந்தனர்.

கொஞ்சம் இனிமையாய்ப் பழகினால் போதும்
திருமணம் மட்டுமே இலக்காய் எண்ணி
அணுகிய அணங்குகளும் உண்டு.

பதவியில் இருப்பவர்கள்
காகிதத்தில் வராத சில கௌரவ சுகங்களுக்குப்
பழகிவிடுகின்றனர்.
எந்த உழைப்புமின்றி
அந்தச் சுகங்களை உறிஞ்சிக் கூத்தடிப்பது அவர்கள்
குடும்பத்தினர்தாம்.

வேறிடம் சென்றால் தங்கள் மகள்கள்
காலம் தள்ளுவது கடினம் என்பது
இந்தத் தந்தைகளுக்கும் தெரியும்.

மேலதிகாரிகள் சிலரும் அவனிடம்
மென்மையாய்ப் பேசிப் படிய வைக்க
முயற்சியில் மூழ்கினர்.
மறுக்க முனைந்தால், அடிக்கடி வந்து
நெருக்கடி அளித்தனர்.

பேசச் சென்ற இடங்களில்
ஒரு சில பெண்களிடமிருந்து
"உங்கள் மீதே உயிர் என்று"
ஒருதலைக் கடிதங்கள் வந்து சேர்ந்தன.
"நீங்கள் இசையாவிட்டால் - என் வசம்
அசையாவிட்டால்
மரணமே எனக்கு மலர்ப்படுக்கை
வாழ்வே எனக்கு ரணம்"
என்றெல்லாம் இரவல் வாங்கிய
கருத்துடன் கடிதங்கள்.
இது ஒருபுறம் இன்னலைத் தர
இன்னொரு விபத்து
நிசப்தமாய் நடந்தது.

"வங்கித் தேர்வுக்கு ஆயத்தமாக வேண்டும்
அறிவுரை வழங்கி
வழிநடத்திட வேண்டும்"

சுண்டுவிரலைத் தேடி வந்தவள்
மோதிர விரலைப் பற்றிக் கொண்டாள்.

அது இன்று நினைப்பினும்
சோகமாய் அவனுக்கு
இதயத்தைக் கிழித்தெறியும் இம்சையைத் தரும்.

சித்திரமாக இருந்த வாழ்வு
சித்ரவதையானது அவளால் தான்.

வெ. இறையன்பு

படிப்பென்று யார் வந்தாலும் பல
படி இறங்கி வந்து
உருப்படியான வழிகாட்டுதல்கள் தருவது வழக்கம்.

தேர்வுகளுக்குத் தான் தயாராகும் போது
சரியான திசைகாட்ட ஆளின்றி தவித்த
நேர்வுகளை நினைத்தே இப்படி முடிவெடுத்தான்.

கல்லூரிகளுக்குச் சென்று
ஊக்கப்படுத்தவும்,
அறியாத இளைஞர்கள்
சரியான பாதையைத் தேர்ந்தெடுக்கவும்
நிலவைக் காட்டும் விரலாய் நின்றிருந்தான்.

வங்கித் தேர்வுகள்
பல்கலைக்கழகத் தேர்வுகள் போல
தேர்ச்சி பெறுவதற்காக எழுதப்படுவதல்ல.

கல்லூரித் தேர்வுகளில்
அனைவருமே தேர்ச்சி பெற்று
திறமையைக் காட்டலாம்.

வங்கித் தேர்வுகள்
குதிரைப் பந்தயம் போல்

வைகைமீன்கள்

குறிப்பிட்ட இலக்கை நோக்கியது.
தகுதி பெறுபவர்கள் சிலரே.

எழுதுகிற எல்லோரோடும்
கண்ணுக்குத் தெரியாமல் நடக்கும்
கடினமான பலப்பரிட்சை போட்டித் தேர்வு.

பள்ளித் தேர்வுகளில்
'வட இந்திய தென்னிந்திய நதிகள் ஒப்பிடுக'
என்று உரைத்திட்டால்
"வட இந்திய நதிகள் வட இந்தியாவில் ஓடுகின்றன
தென்னிந்திய நதிகள்
தென்னிந்தியாவில் ஓடுகின்றன"

என்று விடையைத் தொடங்கும்
விற்பன்னர்கள் உண்டு.

"பலாவின் பலன்களைக் கூறுக"
என்று வினா தொடுத்தால்
"பல பலன்கள் தருவது பலா"
என பதிலை ஆரம்பிப்பவர்கள் உண்டு.

வெ. இறையன்பு

கருணை மிகுந்த திருத்துநர்களும்,
கடிவாளம் போட்ட கல்வித் திட்டமும்
கரையேற்றி விடுவதில்
கவனமாயிருக்கின்ற
கதகதப்புச் சூழல் கல்லூரி வாழ்வு.

வங்கித் தேர்வுக்குத் திடமான பாடத்திட்டம்
என்பது இல்லை.
மனப்பாட மண்சட்டியை அப்படியே
இலையில் கவிழ்ப்பது போல
தாளில் எழுதும் பயிற்சியல்ல அது.

புரிதலும், அறிதலும், ஆராய்தலும்
சமவிகிதத்தில் அமைவதே அத்தேர்வு.

மனப்பாடம் மட்டுமே கல்வியின் மழைமானியாய்
இருக்கும் கல்லூரி மனப்பான்மை
இத்தேர்வை அணுகும்போது
சறுக்கி விழுவது சகஜம் தான்.

வைகைமீன்கள்

"என் தலைமுறையில்
படிப்பது முதல் முறை -
நீங்களே எனக்கு வழிகாட்டி
திக்கற்ற எனக்கு திசைகாட்டி"

சொல்லுகிற போதே கண்ணீர் அவள்
கன்னத்தில்
ஊற்றுமழையாய் ஒழுகியது.
அது துயர மேகத்தின் வெளிப்பாடு என
அவனும் எண்ணினான்.

முதலில் தேர்வு பற்றியே
அவர்கள் பேசினார்கள்.
ஆனால் அவள் திட்டம் வேறொன்றில்
தேர்வு பெறுவது என்பது
அவனுக்குத் தெரியாது.

திடீரென கடிதம் ஒன்றைத் தயங்கியவாறு
அவன் கைகளில் திணித்தாள்.
அதில் அவன் பேச்சுவரிகளைப் பெருமளவில்
திறனாய்வு செய்திருந்தாள்.
அவள் அவன் கூட்டங்கள் ஒன்றையும்
தவறவிடுவதில்லை என்பதை அறிந்ததும்
அவனுக்கு சிலிர்த்தது.

வெ. இறையன்பு

பிறகு அவனுக்குப் பிடித்த புத்தகங்கள்
பற்றி பேசினாள்.
அப்புறம் சமூகம் பற்றிய தன்
பார்வையை அவனிடம் பகிர்ந்து கொண்டாள்.

கொஞ்சம் கொஞ்சமாக
அவன் வீட்டிற்கு
எந்த நேரத்திலும் வருகின்ற
உரிமையை உரித்தாக்கிக் கொண்டாள்.

அவன் கவிதைகளை ரசித்தவள்
அவனையே ரசிக்க ஆரம்பித்தாள்.
தனக்கும் எளிமையே பிடிக்கும்
என்று முன்மொழிந்தாள்.

அவன் கருணையை
சிலநேரம் சிலாகித்து
'இப்படிப்பட்ட அலுவலர்களே அவசியம்'
என்றும்
அவனே "தனக்கு முன்மாதிரி"
என்றும் எடுத்து வைத்தாள்.

தினமொரு முறையாவது அவளிடம்
பேசுகிற பழக்கம் அவனுக்கு
போதையாய் ஆனது.
"இவ்வளவு குழந்தைத்தனமா ?

கள்ளமற்ற உள்ளமா ?"
என்று அவள் மழலை மொழியில் பேசுவதை
ரசித்திருந்தான்.

அவன் பணியின் நெருக்கடியில் அது
இளைப்பாறுதலாக இருந்தது.

இப்போதெல்லாம்
அவள் வங்கித் தேர்வு குறித்து அவனை
போதிக்கக் கேட்பதில்லை.

வழக்கம் போல கடிதமொன்று
அவளிடமிருந்து வந்திருந்தது.
ஆனால் வழக்கமான செய்திகள்
அதிலே இல்லை.

அதில் முதல் வரியே அவனை
மூச்சுத் திணற வைத்தது.
மூன்று மாதத்திற்குள் இப்படியொரு
நிகழ்வு நடக்குமென அவன் நினைக்கவில்லை.

"உங்கள் ஒவ்வொரு நடவடிக்கையும்
எனக்குள் மல்லிகை மலராய்ப்
படர்ந்து விட்டது.
நான் யாருக்குத் தொலைபேசியைச் சுழற்றினாலும்
உங்கள் எண்ணே வந்து நிற்கிறது.

உங்கள் முன்
பக்தையொருத்தி தெய்வத்தினருகில்
பயபக்தியுடன் நிற்பது போன்ற
அர்ப்பணிப்புணர்வுடன் அமர்ந்திருப்பவள்.

உங்கள் பணியோ
தலையாய பணி.
உங்கள் கால்மாட்டிலாவது நான்
காலமெல்லாம் கிடக்க விரும்புகிறேன்.
மழை பெய்யும் போது உங்களுக்குக் குடையாக
மண் குத்தும்போது உங்களுக்குச் செருப்பாக.

ராமகிருஷ்ணருக்கு சாரதா போல
உங்கள் ஆன்மிகத் துணையாக நானிருப்பேன்.

முழு கடிதத்தையும் படித்து முடித்ததும்
வியர்வை வந்தது.
வியப்பு வழிந்தது.
எதிரே இருப்பவர் காதலைச் சொன்னால்
முதலில் முகிழ்ப்பது பயம்.
அப்படியே படுக்கையில் சாய்ந்தான்
பல மணி நேரம் கண்மூடியவாறு.

வெ. இறையன்பு

ஒருவாரம் அவனுக்கு உறக்கமில்லை.
அவளும் அப்பக்கம் வரவுமில்லை.

"இப்படியொரு சிந்தனை இப்பெண்ணுக்குள்
எப்படி நுழைந்தது.
நாம் பழகியதில் ஏதேனும் தவறு நிகழ்ந்ததா"
என்று கணக்கு ஒத்து வராதவன்
கல்லாப்பெட்டியை உருட்டுவது போல
மனத்தைக் குலுக்கி நினைவைச் சலித்தான்.
சலித்துச் சலித்து சலித்துப் போனது.

"ஆனால் ஒன்று
இவள் நேர்மையைப் பேணுபவள்
அடுத்தவருடன் நம்மை ஒப்பிட மாட்டாள்.
உண்மையின் பாதையில் முட்களைப் பரப்பி
முனக வைக்கமாட்டாள்."

"நம் இதயத்தில் குடியிருப்பவளோ
காணாமல் போனாள்.
பெற்றோர் உள்ளத்தில் பெரும் பேரேக்கம்.
பொன் வைக்கும் இடத்தில்
இந்தப் பூவை வைத்து
வெற்றிடம் ஏற்படாமல் பார்க்கலாமா ?

இதுவரை நாடிய அனைவரும்
பதவியொன்றே குறியாய் இருந்தனர்.
இவள் மட்டும் தானே

என்னை
என் கவிதைகளை
என் நடத்தையை
நேரிய உள்ளத்தை மட்டும் நேசித்து
வாழ்வைப் பகிர்ந்திட வாக்குத் தருகிறாள்.

மறுத்துவிட்டால் இந்தக் குழந்தை
சிறுத்து விடாதா
மல்லிகை மலரைக் கசக்கியது போல
மனம் நசுங்கி விடாதா"

வெ. இறையன்பு

அவனுக்குள் எப்போதும் கருணையே
முதற்குணம் - மற்ற
அனைத்துக் குணங்களும் அதற்கான
அஸ்திவாரங்களே.

வழியில் போகும் நாய்க்குட்டி கூட
வருத்தப்பட்டால், அவன் கவலைப்படுவான்.

அன்று அவன் மூளையை
இதயம் வென்றது.

ஒண்ட இடம் கேட்ட ஒட்டகக் கதையை
ஒரு நிமிடம் நினைவுகூர
மறந்துவிட்டான்.

பெரிய நிகழ்வுகளில்
நம் முயற்சி எப்போதும் தூங்கிவிடும்.
விபத்து போல் சம்பவங்கள் நடந்துவிடும்.

மகன் திருணம் செய்ய
ஒத்துக் கொண்டதே பெற்றோருக்குப்
பெரும் விருதாக இருந்தது.

பேச்சுவார்த்தை
திருமண உறுதி என்று எல்லாம்
திறம்பட நிகழ்ந்தன.
நிச்சயதார்த்தம் முடிந்தவுடனேயே
அவள் போக்கில்
வெற்றி பெற்ற வேட்பாளர் போல
பற்பல மாறுதல்.

குனிந்தே இருக்கும் தலை விரித்த குடைபோல
நிமிர்ந்து நின்றது.
அலட்சியம் கலந்த நடை -
முகப்பூச்சு அதிகரித்த உடை
அவனைத் திருமணம் செய்வது
அவளுக்குச் சாதாரணம் என்பது போன்ற பாவனை
என செயற்கை இழைகள் ஒவ்வொரு
செயலிலும்.

அவனுக்கு உள்ளுக்குள் அச்சம்.
பிம்பங்கள் இரண்டு நேசித்த கதையாய்
நிழல்களின் சங்கமம் நிகழ்ந்து விட்டதோ ?

வெ. இறையன்பு

அவள் வேறு; இவள் வேறு
பட்டாம்பூச்சிக்குப் புழுவாய் இருந்த
ஞாபகம் மிஞ்சியிருப்பதில்லை.
'பேசாமல் திருமணத்தையே நிறுத்தி விடலாமா ?'
'எப்படி நிறுத்துவது'
'வெகுநாட்களுக்குப் பிறகு
புன்னகை அரும்பிப் பூரித்திருக்கும்
பெற்றோர் முகத்தில் மறுபடியும்
சோக மேகங்கள் விழிகளில் நீரை
வரவழைக்க வேண்டுமா ?
இதயத்தில் இடியை ஏற்படுத்த வேண்டுமா'

திருமணம் நடந்து முடிந்தது.

சுதந்தரச் சிறகுகள்
கத்தரிக்கப்பட்ட கிளியாய் ஆனதைப் போன்ற
கிலி பிடித்தது.

சில நேரங்களில் பகுத்தறிவுக்குட்படாத
நுணுக்கங்கள்
உள்ளுணர்வுக்கு உறைக்கின்றன.
எதையோ பறிகொடுத்த
சுயபரிதாபம் மேலிட்டது.

வெ. இறையன்பு

முதலிரவிலேயே அவர்களுக்குள்
மனமுறிவு ஏற்பட்டு விட்டது.

அவள் நீட்டிய பாலில் ஆலகாலம்
கலந்திருப்பது போன்ற குமட்டல்.

அவன் உள்ளுணர்வு உண்மையான
வருத்தத்தில் சுருங்கிப் போனான்.

எளிமையாய்த் தோன்றியவளுக்குள் இருந்த
பகட்டு பலமடங்கு.
வாய்ப்புக் கிடைத்ததும் தலையை நீட்டியது.

இரு துருவங்களாய் அவர்கள்
இருந்தார்கள்.
அவர்களுக்குள் வாதமின்றி
ஒருபொழுதும் கழிந்ததில்லை...

அவளிடம் இருக்கும் கண்ணாடி
அவளை மட்டுமே அழகாய்க் காட்டும்
அதிசய ஆடி.

ஒவ்வொரு நிகழ்வையும்
பிணப்பரிசோதனை செய்து
நொடிகளையெல்லாம் முட்களாக ஆக்குவாள்.
மடலுறவு கொள்ளும் மங்கையருடனெல்லாம்

உடலுறவு இருப்பது போல்
பழியைச் சுமத்தி பலவாறு தூற்றுவாள்.

வெ. இறையன்பு

இருபத்து நான்கு மணி நேரமும்
விருப்பமில்லாத துணையுடன்
இருப்பது சிறையாக இம்சித்தது.

அவளுடன் வாழ்ந்ததில் கிடைக்காத மகிழ்ச்சி
பிரிவில் கிடைத்தது.

மனமுறிவு முதலில்
மணமுறிவு பின்பு.
அப்போது, இழந்த சிறகுகள் மீண்டும் முளைத்த
இனிமை அவனுக்கு மீளக் கிடைத்தது.

ஒட்டிக்கொண்டிருந்த நரகத்தை
உதறி எறிந்தவுடன்
உலகமே குடும்பமானது.

அலுவலகப் பணிகளில் பல மடங்கு ஆர்வம்..
ஓய்வு நேரங்களில் சமூகப் பணி
இலக்கியம், எழுத்து, இசை என
இனிமை தடவிய பொழுதுகளால்
அவன் மனம் முழுவதும் மகிழ்ச்சி மகரந்தம்.

அனாதை இல்லங்கள்
ஆதிதிராவிட விடுதிகள்
குழந்தைத் தொழிலாளர் மறுவாழ்வுக் கூடங்கள்
என விடுமுறை நாட்களில் விருப்பமாய்ச் சென்றான்.

பணியில் ஆர்வம் கூடுகிற போது
உழைப்பே ஓய்வு
வியர்வையே குளியல்
அவை தருகிற சுகமே பொழுதாக்கம்.

பெற்றோர் அவன் தனிமையைப்
போக்கும் மருந்தாக இருந்தனர்.

வெ. இறையன்பு

அவன் பழைய மனைவியிடமிருந்து
கடிதமொன்று வந்தது.

'மறுபடியும் வருகிறேன்.
மன்னித்து விடுங்கள்.
தெரியாமல் செய்த பெரும்பிழையைப்
பொறுத்தருளுங்கள்'
என்று எழுதியிருந்தது.

கசக்கி எறிந்தான்.
தொடர்ச்சியாக வந்த கடிதங்களைப்
பிரிக்காமலேயே கொள்ளி வைத்தான்.

கடித வரத்து நின்று போனதில்
நிம்மதியடைந்தான்.

பல்வேறு பணி மாறுதல்கள்....

போகின்ற இடங்களிலெல்லாம்
பதிக்கின்ற முத்திரைகள்.

இதயம் முழுவதும்
பங்களிப்பு செய்த மகிழ்ச்சி.
பல வருடங்களுக்குப் பிறகு
நெல்லைக்கு மாற்றம்.

அதுவரை அவன்
எழுதிய நூல்களால்
எண்ணற்றோருக்கு அவன் பணி பரிச்சயம்.
நெல்லை வாழ்க்கையில் கிராம மணம்
இழையோடியது.

பசுமைபடர்ந்த பொதிகை மலையும்
பதியம்போடும் நகர அமைப்பும்
பதற்றமற்ற இயல்பு வாழ்வும்
அவன் இளைப்பாறுதலுக்கு
இயைந்து கொடுத்தது.

அவன் உபரி நேரங்களில்
இயற்கையின் அருகில் அமர்ந்து
மரங்களின் அசைவில்
மலைகளின் அழகில்
தன்னை மீண்டும் கரைக்கும்
அனுபவம் விளைந்தது.

மாணவர்களுடன் கருத்துகளை
மனம்விட்டுப் பகரும் நிகழ்வுகளில்
நிம்மதி கிடைத்தது.

அப்படிப்பட்ட நேர்வில்தான்
இருபது ஆண்டு இடைவெளியில்
அவன் நெஞ்சத்தில் கூடுகட்டிய
அந்தப் பறவையின் தரிசனம்
குலுக்கலில் விழுந்த பரிசாய்க்
கிடைக்கும் பாக்கியம் நிகழ்ந்தது.

இரவு முழுவதும்
இமைகள் விழிகளை விவாகரத்து செய்ததால்
தூக்கம் துண்டிக்கப்பட்டது.

புதைகுழி என நினைத்த வாழ்வு
புதையல் குழியான மகிழ்வு.

'அந்த விழிகளில் இன்னும் அதே மின்னல்.
துடிக்கும் உதடுகளில் துளிர்க்கும் புன்னகை.
முகம் முழுவதும் இன்னும் அதே இளமை.
உள்ளம் கவிதையாலும், கலைகளாலும்
நிரம்பி வழிகிற போது
வயது ஏற ஏற வசீகரம் கூடுமோ'

அவள் முகமே
'வலம்' வர
அவன் மனமே
'கிரி' யானது.

"திருமணமாகிக் குழந்தைகளுடன்
திருப்தியாய் வாழ்பவளாக இருக்கும்.
அவள் நட்பே வாழ்வில் நந்தவனத்திற்கான
பாத்திகளைப் படரவிடும்."

வெ. இறையன்பு

தென்றலை உள்ளங்கைக்குள் சிறைபிடிக்க
நினைக்கும் முதிர்ச்சியின்மை அவனிடமில்லை.
மலரைப் பறிக்காமல் ரசிக்கும்
மனோபக்குவம் அவனிடம் மலர்ந்தது.
அன்று யாருடைய
கடைக்கண் பார்வைக்கு கடுந்தவமிருந்தானோ
அவளே தன் கையொப்பம் பெறுமளவு
வாழ்க்கை தன்னை வாழ்த்தியிருப்பது குறித்து
நன்றி செலுத்தினான்.

இரண்டு நாட்களுக்குப் பின்
அலைபேசிக்கு வந்த அழைப்பால்
அலைபாய்ந்தது அவன் மனம்.

"வணக்கம்.
நோட்டுப் புத்தகத்தில் கையொப்பமிட்டு
வாழ்த்தித் தந்தீர்களே !
நான் தான் அந்தப் பாக்கியவதி"
என்ற அறிமுகத்துடன் ஆரம்பித்தாள்.

அவன் மெய்சிலிர்க்க மேலே தொடர்ந்தாள்.

"உங்கள் புத்தகங்களை
ஒன்றுவிடாமல் வாசித்திருக்கிறேன்.
ஒவ்வொரு நூலும் நைந்த நெஞ்சங்களைத்
தைக்கிற தன்மை
அவற்றை என் பட்டுப்புடவைகளைக் காட்டிலும்
பத்திரப்படுத்தி வைத்திருக்கிறேன்.

என் வகுப்பறைகளில்
மாணவர்களை உற்சாகப்படுத்த

உங்கள் வரிகளே ஊக்க மருந்து
.............."

வெ. இறையன்பு

அதற்குப் பிறகு அவள் பேசிய எதுவும்
அவன் செவிகளுக்குள்ளே செல்லவில்லை.
உரையாடல் முடியும் போது தவறாமல்
அவள் தொலைபேசி எண்ணைக்
குறித்துக் கொண்டான்.
அன்று அவனடைந்த களிப்பில்
செடிகள் எல்லாம் சிரிப்பது போலவும்,
மரங்கள் எல்லாம் மகிழ்வது போலவும்,
கண்ணுக்குத் தெரியும் பொருட்கள் எல்லாம்
ஆனந்தக் கூத்தாடி குதூகலிப்பது போலவும்
தோன்றித் திரிந்தன.

பிடித்தமானவர் முகவரி
படித்த மாத்திரத்தில் மனத்தில்
படிந்து விடுகிறது.

அவள் தொலைபேசி எண்
அவன் மூளையில் முக்கிய இடத்தில்
முந்தியடித்து அமர்ந்து கொண்டது.

'தொலைபேசி என்பது
தகவல் பரிமாறும் சாதனம் மட்டுமே
உரையாடல் நடத்தும் உபகரணமல்ல'
என்பதில் தெளிவாக இருந்தவன்
அவளுக்கு மட்டும் விதிவிலக்கு அளித்தான்.

தினம் ஒருமுறை என்ற
வழக்கம்
இருமுறை. மும்முறை என்று
கூடிக்கொண்டே போனது.

"உங்களுக்கு ஒரு செய்தி தெரியுமா ?
எனக்கு முன்பே உங்களைத் தெரியும்.
இருபது வருடங்களுக்கு முன்பு
கல்லூரிக் கவிதைப் போட்டியில் நாம்
கலந்து கொண்ட போது பரிச்சயம்.
எங்கள் முத்தமிழ் விழாவிலும் உங்கள்
நிகழ்ச்சி இருந்தது…"

வெ. இறையன்பு

என்று விரிவாகச் சொல்லி ஞாபகப்படுத்தினான்.
அவளுக்கும் நடந்தவை
சலனவட்டங்களாய் நினைவில் விரிந்தன.

"உங்களை எனக்கு நினைவில்லையே"
என்ற உண்மையைச் சொன்னாள்.

"அன்று முதல் நான் உங்கள் ரசிகனானேன்"
என்று அவன் சொன்னது கேட்டது.
மறுமுனை வியப்பில் மௌனமானது.

படித்த புத்தகங்கள்
பிடித்த பாடல்
இனித்த இசை.....
என்று அவர்கள் பலவற்றைப்
பகிர்ந்து கொண்டனர்.

'இன்னும் வாசிப்பு இழை
அறாமல் எப்படி அவளால் இயங்க
முடிகிறது ?'

அவளுடன் பேசுகிற போதெல்லாம்
இதுநாள் வரை அவன் இதயத்தில்
இருந்த இறுக்கம் இறங்கியது.

தொலைபேசித் தொடர்பைத்
துண்டிக்கவே மனமின்றி
பேச்சு முடியும்.

தொலைபேசி மணியடிக்கும்
போதெல்லாம்
அவளது அழைப்போ என்றே
மனம் பதைபதைக்கும்.

'இந்த வயதில் ஏன் இப்படியொரு
எதிர்பார்ப்பு ?'

வெ. இறையன்பு

என்றெல்லாம் அடிக்கடி
எண்ணிக் கொள்வான்.
அறிவை உணர்வு வெல்லுகிற
நிகழ்வே நேசம்.

"எங்கள் வீட்டுக்கு ஒருநாள்
வரவேண்டும் - உங்களுக்கு
ஒருவேளை உணவு
தரவேண்டும் நான்"
என்று வேண்டுகோள் விடுத்தாள்.

"எங்கள் வீட்டுக்கெல்லாம்
நீங்கள் வருவீர்களா?" என இழுத்து
வேண்டுகோளுக்கு முட்டுக் கொடுத்தாள்.

இதுநாள் இருவரும்
குடும்பம் பற்றியோ,
சொந்த வாழ்வு பற்றியோ
வினாத் தூண்டில் வீசி
விடை மீன்கள் பிடித்ததில்லை.

எளிமையே பிரம்மாண்டம்
எனும்படி எழிலாய் இருந்தது அவள் வீடு.

வாசலில் இருந்த பவளமல்லிப் பூக்கள்
வாசனை தெளித்து வரவேற்றன.
கூடத்திலிருந்து மெல்லிய புல்லாங்குழலிசை
தவழ்ந்து வந்து காதுகளை
இனிக்க வைத்தது.

வரவேற்பறையிலிருந்த வான்காவின்
சூரியகாந்திப் பூக்கள்
கருவிழிகளைக் கட்டிப் போட்டன.

புலன்களைப் புதுப்பிக்கும் புத்தாக்கப் பயிற்சியாய்
அந்த இல்லம் நுழைந்த அனுபவம் இருந்தது.

வாசலிலேயே
கால்கள் வேர்விடுமளவு காத்திருந்தவள்
வரவேற்று கூடம்வரை கூட்டிச் சென்றாள்.

அம்மா ! எனக் குரலெடுத்து
அழைத்தாள்.
வயதான குத்துவிளக்கொன்று
நெற்றி நீறுடன் வந்து சேர்ந்தது.

எட்டிப் பார்த்தான் - உள்ளே
எவருமில்லை.

வெ. இறையன்பு

அவள் குடும்பம், கணவர், குழந்தைகள் பற்றி
அறிந்திடும் ஆசை அவனுக்கு முண்டு.

நேரடியாகக் கேட்பதில் தயக்கம்....

“உங்கள் இருவரைத் தவிர
இல்லத்தில் இன்னும் யார் யார் இருக்கிறார்கள்”
எனப் ‘பக்கத்து இலைக்குப் பாயாசம்’
என்பது போல்
சுற்றி வளைத்துக் கேள்வியைப் போட்டான்.

“அம்மாவும், நானும் மட்டுமே இருக்கிறோம்.”

அவன் முகத்தில் தெரிந்த
வியப்புக்குறிகளை வாசித்துவிட்டு
“நான் திருமணம் செய்து கொள்ளவில்லை.

கல்லூரிப் படிப்பை முடிக்கும்போது
திடீரெனத் தந்தையின் மரணம்.
என் தம்பி, தங்கைகள் படிப்பைத் தொடர
பணிசெல்லும் நிர்ப்பந்தம்.

அவர்களை
அக்கரை சேர்க்கும் அக்கறையில் நான்
இக்கரையிலேயே இருந்துவிட்டேன்.
கரையேறிய அவர்கள் திரும்பிப் பார்க்காமல்
விருப்பமான வாகனங்களில்
விரைந்து விட்டனர்.

மாணவர்களைச் செதுக்கும் பணியிலேயே
திருப்பதி செல்லும் திருப்தி எனக்கு.
ஒவ்வோர் ஆண்டும் பத்து மாணவர்களையாவது
பக்குவமடையச் செய்யும் பணியில்
என்னைக் கரைத்துக் கொள்கிறேன்."

ஒருசில வரிகளில் சுயசரிதத்தையே
சொல்லிவிட்டாள்.

அவளுக்குத் திருமணமாகவில்லை என்பது
தீர்மானமான போது
அவனுக்கு எதற்கு அத்தனை மகிழ்ச்சி !

கையளவு மனம் கடலளவு கையகப்படுத்தும்
அவாவில் அல்லவா காத்திருக்கிறது.

அடுத்து அவன் முறை...
"என் குடும்பத்தில் நான் ஒருவன் மட்டுமே...
பெற்றோர் சென்னை சென்றிருக்கிறார்கள்.
எனக்குத் திருமணம் நடந்தது -
விழாவாக அல்ல.. சடங்காக
நறுமணமற்ற திருமண வாழ்க்கை
அறுபது நாட்களுக்குள் அறுந்து போனது.
அதற்குப் பிறகு மகிழ்ச்சியாக இருக்கிறேன்.

தனிமை நேராதபடி
நல்ல நண்பர்கள்,
ஆறுதலாய்ப் பெற்றோர்
எழுத்து, பேச்சு. பணி என
நேர நெருக்கடியில் அடிக்கடி அவதி.

தனியாய் இல்லை.
தனித்து இருக்கிறேன்.
என்னுடன் எப்போதும் இசையும், கவிதையும்."

அவன் பேசிமுடித்த போது
அவள் கண்களில் கசிந்தது கண்ணீர்.

சமைப்பவர் கனிவு
பரிமாறுபவர் பரிவு
உண்பவர் உணர்வு
மூன்றும் சேர்ந்ததே உணவு.

தலைவாழை இலையில் அவள்
பரிமாறிய அந்த எளிய உணவு
அமிர்தமாய் இருந்தது.

தாயின் சமையல் ருசி
ஆழ்மனத்தின் அடியில்
பாழ்படாமல் பத்திரமாய் வீற்றிருக்கும்.

நாக்குக்கு முதலில் அறிமுகமாகும்
ருசிக்கே மனம் மரியாதை தரும்.

'இவள் கைமணம் எப்படி
என் தாய்மனம் போல;
அறுசுவையும் ஒரே பக்குவத்தில்.

இன்று பலருடைய வீடுகளில்
சமையல் புத்தகங்களே
கலைக்களஞ்சியங்கள்.

வெ. இறையன்பு

வாணலியைக் காட்டிலும்
அதிக உப்பு மஞ்சள் தூள் ஒட்டிக் கொள்வது
அவற்றின் பக்கங்களில் தான்.

அவள் சமையலையும்
கவிதை எழுதும் நேர்த்தியுடன்
கையாண்டிருக்க வேண்டும்.
கரண்டியும் அவள் கையில்
தூரிகையாகத் துலங்கியிருக்க வேண்டும்.

தமிழகத்தின் அத்தனை
ஊர் சமையலும்
அந்தத் தலைவாழை
இலையில் தழைத்திருந்தது.

இன்னும் உண்ணலாம் என்ற
எண்ணம் ஏற்பட்டபோதே எழுந்துவிட்டான்.

அவள் அவனுக்குக்
கல்யாணி ராகத்தில் கீர்த்தனையொன்றை
வீணையில் வாசித்துக் காட்டினாள்.

கண்களை மூடி அந்த இசையை நுகர
காதுகளைக் கூர்மையாக்கி
மனம் முழுவதும் மாண்டான்.
வரவேற்பறையில் வரிசையாய்
அடுக்கி வைக்கப்பட்டிருந்த புத்தகங்கள்
விழிகளில் விழுந்தன.

ஷேக்ஸ்பியர் முதல் அருந்ததி ராய் வரை
கபீர் முதல் பிரேம்சந்த் வரை
வள்ளுவர் முதல் வள்ளலார் வரை
கம்பன் முதல் கண்ணதாசன் வரை.

அனுபவப் பெட்டகமாய் அந்தச்
சின்ன நூலகம் கண்சிமிட்டி சிரித்தது.
அவை கன்னி கழியாமல் இருக்கவில்லை
படித்து முடித்த தடங்கள் அவற்றின்
உடல் முழுவதும் தழும்புகள்.

விடைபெற மனமின்றி
விடைபெற்றான்.
நடை போட்டான்.

மனத்தின் கைகள்
கால்களின் வேகத்தைக் கட்டுப்படுத்தின.
அடிக்கடி வாருங்கள்.
வீட்டு உணவில் விருப்பம் நேர்கையில்
வந்து சேருங்கள்.
இருக்கிற உணவைப் பகிர்ந்து கொள்ளலாம்
இலக்கிய கனவைப் பரிமாறிக் கொள்ளலாம்"
திரும்பி வரும்போது
அரும்பின ஆயிரம் நினைவுகள்.
"எனக்காகவே அவள்
தனிமையில் தவமிருக்கிறாளோ!

வெ. இறையன்பு

அதனால் தான்
என் திருமண வாழ்வு மலராமலேயே
கருகிப் போனதோ

வெள்ளி விளக்காக இருந்தாலும்
திரியைத் தூண்ட ஸ்திரீ வேண்டுமே !
அப்போது தானே
பளிச்சென்று வெளிச்சம் பரவும்.

அவள் அருகில் இருந்தால்
வாழ்வே வசந்தமாகியிருக்குமே!"

அதற்குப் பிறகு அடிக்கடி
அவர்கள் சந்திப்புகள் தொடர்ந்தன.

இருவரும் ஊர்தியில்
பொதிகைமலை சென்று அதன் அழகில்
அமர்ந்து களித்திருப்பார்கள்.
குற்றால அருவி குதித்தோடும் அழகில்
காலத்தைக் கழித்திருப்பார்கள்.

அவள் கைகளை எடுத்துத்
தன் கைமீது வைத்துக் கொள்ள
ஆவல் எழுந்தது; அமைதியாயிருந்தான்.

ஒருவர் அருகில்
இன்னொருவர் அமர்ந்திருப்பதே
சுகமாயிருந்தது.

அப்போது மௌனமே
போதுமானதாயிருந்தது.

மலைச்சாரலில் பசும்புற்
தரையில் அமர்ந்திருப்பார்கள்.
அந்த வாரம் கண்டவை, கேட்டவை, படித்தவை
என்று மணிக்கணக்கில் உரையாடி
மனம் நிறைந்திருப்பார்கள்.

பிரிகிறபோது
இருவருக்குமே இதயம் கனக்கும்.
அவன் யோசித்தான்.

"அவளுக்கு நம்மீது இருப்பது
நட்பா ?
நேசமா ?
என்னிடமிருந்து ஈர்ப்பா ?
மரியாதையா ?

வெ. இறையன்பு

அவனுக்கு ஆழ்ந்த கருத்தொன்று உண்டு.
முதல்முறை ஒருவரை
சந்திக்கும்போது ஈர்ப்பு வரவில்லை
என்றால்
இறுதிவரை அது வருவதற்கு வாய்ப்பில்லை.

ஒவ்வொரு மனிதரிடமும்
ஒளிவட்டம் உண்டு.
இருவர் ஒளிவட்டம் இயையும்போதே
ஈர்ப்பு ஏற்படும்.

முதல்முறை அவளைக் கல்லூரியில்
சந்தித்தபோதே
"என்னை நீ நேசிக்கிறாயா ?"
என்பதை சூசகமாகக் கேட்டிருந்தால்
விடை அப்போதே தெரிந்திருக்குமே !

எடுத்தவுடன் 'நேசிக்கிறேன்' என்று
எப்படிச் சொல்ல முடியும்.
பெயரைச் சொல்லி, அறிமுகம் செய்து
மறுபடி சந்திக்கும் நிகழ்வுகளை
ஏற்படுத்த முதல் சந்திப்பு
முன்மொழிந்திருக்க வேண்டுமே !

விழிகளிலிருந்தே அறிமுகத்தின்போது
விருப்பமா வெறுப்பா
என்கிற அமிலத் தேர்வின்
விடை கிடைத்திடுமே !"

தவறவிட்ட வாய்ப்புக்காக
இன்னும் எத்தனை நாட்கள்
வருத்தத்தை வரவு வைப்பது ?

வெ. இறையன்பு

அவள் முதல்முறையாக
அவனுடைய இல்லம் வந்தபோது
கால்களுக்குச் சிறகு முறைத்த
படபடப்புடன் இயங்கினான்.

அவன் பெற்றோர்
அவளை மருமகள் போல் வரவேற்று
அன்பால் அரவணைத்தார்கள்.

வந்திருப்பது பழகிய இடம் போல
அவளுக்குப்பட்டது.

வீணை வாசிக்கக் கற்ற அவள்
விரல்களின் அழகையே பார்த்திருந்தான்.

கைகளின் அழகில்
அகத்தின் அழகும் அகப்படும்
என்பது அவனுடைய ஆரூடம்.
ஓவிய விரல்களை
காவியக் கைகளை
கவிதை நரம்புகளை
தூரிகை நகங்களை
இசையின் குமிழைக்
கைகளில் கண்டுபிடிக்கும்
கலை அவனுக்குப் பரிச்சயம்.

அவர்கள் இருவரும்
மனம்விட்டுப் பேச வழிவிட்டு
பெற்றோர் இருவரும்
தாழ்வாரத்திலேயே தவமிருந்தனர்.

வெகுநாட்களுக்குப் பிறகு
மகனிடம் மறுபடி மலர்ச்சியைக் கண்டு
அது நீடிக்க வேண்டுமென்று
விடுமுறை நாட்கள் முடியக்கூடாது என
ஆசைப்படும்
பள்ளி மாணவர்கள் போல் அவர்கள்
ஏக்கமும் இருந்தது.

சிறிது மௌனம்.
பிறகு உரையாடல்.
ஒவ்வொரு சொல்லும் உதிர்ந்து விழும்
பவளமல்லியாய்.
"இன்று பள்ளியில் பணி அதிகம்.

பெற்றோருக்கு ஏகப்பட்ட எதிர்பார்ப்பு.
பள்ளி அவர்களை மேதைகளாக்க வேண்டும்.
குறுக்கு வழிகளிலாவது
மதிப்பெண்களைப் பெற்று அவர்கள்
மகத்தான பணிகளை

வெ. இறையன்பு

அடைந்து விடவேண்டுமென்று அவா.
காலைச் சாப்பாட்டிலேயே
மகன் வளர்ந்துவிட வேண்டுமென
அதிகப்படியான பதார்த்தங்களைத்
தொண்டையில் திணித்தால்
வளர்ச்சி வராது;
வாந்திதான் வரும்.

வாய்ப்புக் கொடுத்தால்
குழந்தைகளுக்குப் பதிலாகப்
பெற்றோரே தேர்வு எழுதவும்
தயாராக இருக்கிறார்கள்.

மகன்களின்
மதிப்பெண் குறையக் குறைய அவர்கள்
இதயத்துடிப்பு அதிகரிக்கும்;
நாடித்துடிப்பு குறையும்.

நிர்வாகம் அடிக்கடி தரும் நெருக்கடி வேறு;
ஒவ்வோர் ஆண்டும்
மாநில அளவில் சாதனை புரிய வேண்டுமென
நிர்வாகம் தருகின்ற நிர்ப்பந்தம்.

பண்ணை நடத்தியவர்கள் சிலர்
பகுதிநேரத் தொழிலாகப்
பள்ளி நடத்த ஆரம்பித்ததால்
கல்வி கறிக்கோழி வளர்ப்பது போலவே
கண்காணிக்கப்படுகிறது.

என்ன செய்வது ?
இவற்றுக்குள்ளிருந்து கொண்டே
ஏதேனும் மாற்றம் நிகழ்த்த
கல்லில் ஈரத்தைப் பிழிவது போன்ற
கடுமையான முயற்சியில்
உடலில் சோர்வு ஒட்டிக் கொண்டு விடுகிறது"

உள்ளுணர்வுடன் பணிசெய்கையில்
குறுக்கீடுகள் வரும்போது
பந்து மாதிரி துள்ளுபவர்கள் கூட
சருகுபோல விழுந்துவிடுகிறார்கள்.

அடுத்தவர் பாணியை கடற்பஞ்சாய்
உறிஞ்சிக் கொண்டு
அவனுக்குப் பல குரலில் பேசும்
கலை தெரியும்.

அவளை ஆசுவாசப்படுத்திச்
சிரிக்க வைக்க
அதுவே உபாயமென்று தோன்றியது.
அவன் பல்வேறு குரல்களில்
பேசும்போது
இடம், கால பேதமின்றி
சிரித்து சிரித்து மகிழ்ந்தாள்
கவலை யாவும் மறந்தாள்.

இந்த மகிழ்ச்சி இப்படியே
ஆயுள் முழுதும் நீடிக்காதா

வெ. இறையன்பு

என இருவரும் எண்ணினர்.
மகிழ்ச்சி சிகரம்;
அதுவே மலையல்ல.
"எத்தனை நாட்கள்
இன்னும் தனிமையிலேயே தவமிருப்பீர்கள் ?

பணியின் இறுக்கமும்
அடுக்கடுக்காய் நெருக்கடியும்
உங்கள் உற்சாக சக்தியை
உறிஞ்சிக் கொண்டு விடுமே !

நீங்கள் பகிர்ந்து கொள்ளவும்,
புதுப்பித்துக் கொள்ளவும்
புரிதலிருக்கும் சிநேகித மனம்
கிடைத்தால்
பாலையாய் தகிக்கும் நொடிகளில்
சோலையாய்க் குளிர்விக்க உதவுமே !
நெற்றியில் வழியும் வியர்வை
வற்றும்வரை ஒற்றிக் கொடுக்கும்
கைக்குட்டையாக...
முள்குத்திய பாதத்தை
மடியில் மெதுவாகத் தலையணை போல் வைத்து
எருக்கம்பாலை ஊற்றிப் பக்குவமாக
சிதாம்பு களைவது போன்று
மனத்தின் வலிகளை அகற்ற...

குளிர்காய்ச்சலுக்கு கம்பளியாக
தகிக்கும் வெயிலுக்கு விசிறியாக...
கணவனாய் மட்டுமில்லாமல்
கண்கண்ட தோழனாய்
இருக்கும்படி தக்க துணையைத் தேடுவது
உங்கள் தாயின் மனத்திற்கும் மருத்துவமாகுமே..."
அவள் உள்ளத்திற்குள் இருக்கும்
உணர்வை அறிய அவன் நுழைத்த
முதல் பாதாள சோளியது.

அவளிடமிருந்து வருகின்ற பதிலுக்காக
ரத்தப் பரிசோதனை முடிவுக்குக் காத்திருக்கும்
சக்கரை நோயாளியாய்க் காத்திருந்தான்.

அவளிடமிருந்து மோனலிசாப் புன்னகை
விடையாய் வந்தது.
மோனலிசாப் புன்னகை
மோனலிசாவிற்கு மட்டுமே
அழகாக இருக்கும்.
இல்லம் திரும்புகையில்
வாசலில் வயோதிகத்தில்
வளைந்த முதியவர் ஒருவரும்,
பெண்ணொருத்தி நிற்பதும் கண்களில் பட்டது.

அவன் ஊர்தியிலிருந்து இறங்கியதும்
அவனை நோக்கி அவர்கள் இருவரும்
ஊர்ந்து வந்தனர்.

"என்னைத் தெரியவில்லையா?
நான் தான் உங்கள்...."

அவள் சொன்ன பிறகுதான்
அவள் அவன் பழைய மனைவி எனப் புரிந்தது.

இதயத்திலிருந்து நீக்கிய முகங்கள்
மூளையிலிருந்து நழுவி விடுகின்றன.
"உள்ளே வாருங்கள்" என்று சொல்லும்
கண்ணியம் அவனிடம் மிச்சமிருந்தது.

"என்ன செய்தி?"

"என்னை மன்னித்து விடுங்கள்.
தீயாய் எரியும் என் உள்ளத்திற்கு
உங்கள் மன்னிப்பால்
மருதாணி தடவுங்கள்.
பதினான்கு ஆண்டுகளாக
நான் செய்த தவறை எண்ணி எண்ணி
உருக்குலைந்து நிற்கிறேன்.

மானசீகமாக ஒவ்வொரு நாளும்
உங்கள் கால்களை என் கண்ணீரால்
கழுவுவது எனக்கு மட்டுமே தெரியும்..

உங்களுக்கு நானிழைத்த
கொடுமைகள் அனைத்துக்கும்
பிராயச்சித்தம் தேட விரும்புகிறேன்...

உங்கள் பாதமழுத்திப் பணிவிடை
செய்து கறைகளை அகற்றி
வாழ்ந்திருப்பேன்."

அவன் கன்னத்தில் யாரோ
கைரேகை படுமளவு
அறைந்த அதிர்ச்சியில்
உறைந்து விட்டான்.

பழுதடைந்த பேருந்து போல
நகர மறுத்தது நாக்கு.

காலம் தந்த முதிர்ச்சி
அவன் இரக்கத்தின் தன்மையில்
பக்குவத்தைப் பதித்திருந்தது.
"உங்கள் முகம்கூட தெரியாத அளவு
என் கடந்த காலத்தை நான்
கைகழுவி விட்டேன்.

தாம்பத்யம் என்பது முடிந்துவிட்டால்
முடிந்தது தான்.
மனத்தை மாற்றிக் கொண்டு
மறுபடி புகைக்கிற புகைச்சுருட்டு மாதிரியல்ல...
ஒருமுறை வெட்டிவிட்டால்
ஒட்டிக்கொள்ளாத
நகம்போல அது நிரந்தரமாய்
நீங்கிவிடும் தன்மை.

முடிந்து போன அத்தியாயத்தைப்
புதுப்பிக்கத் தேவையில்லை.
அது மழித்த தலையில் ஒட்டிய
முடிமாதிரி செயற்கையாய் இருக்கும்.

எனக்கு உங்கள் மீது வன்மமும் இல்லை
அதே நேரத்தில்
ஒரு துளியன்பும் இல்லை.

வழிப்போக்கர்கள் போல சந்தித்தோம்.
அவரவர் பாதையில் பிரிந்தோம்.
நீங்கள் வேதனைப்படவேண்டுமென்பது
என் விருப்பமல்ல...
உங்கள் வேதனையைத் தீர்ப்பது
என் கடமையுமல்ல................"

அவள் சென்ற பிறகு
அவன் விட்ட பெருமூச்சு
எதிர்காலம் குறித்து
விரைவில் முடிவெடுக்க வேண்டும்
என்ற பிரக்ஞையைத் தீவிரமாக்கியது.

நினைக்கிற போதே
தித்திக்கிற இனிப்பு - காதல்

காதல் மீது வெறுப்பிலிருக்கிற பலரும்
காதலி கிடைக்காதவர்களே !
வரலாற்றிற்கு
கி.மு.; கி.பி., என்பதைப் போலவே

தனி மனிதனுக்கு
கா.மு.; கா.பி., என
இருநிலைகள் இருக்கின்றன.
காதல் சிறகுகளை மட்டும்
முளைக்க வைப்பதில்லை -
அது ஆகாயத்தையே அருகில்
கொண்டு வந்து விடுகிறது.

ஒருவர் தன்னை
அழகாக உணர வைக்கும் ஆற்றல்
காதலில் பூத்துவிடுகிறது.

காதல் தன்னைத் தேடும் முயற்சி -
தேடுவதற்காகவே
தொலைந்து போகும் பயிற்சி.

ஒருவர் தன்முனைப்பை ஒதுக்கி
இன்னொரு இதயத்தின் மீது
தான் முனைப்பாக இருக்க வைப்பது
அந்த உணர்வு தான்.

காதல்வயப்படும் போது
முன்ஜாக்கிரதை ஊட்டும்
மூன்றாம் விழியொன்று
முளைத்து விடுகின்றது.

வெ. இறையன்பு

காதலில் தோற்றவன்
விரக்தியடைகிறான்;
வென்றவன் விரக்தியை விரட்டுகிறான்.

தேவகி கண்ணனின் வாய்க்குள்
உலகத்தையே பார்த்தது போல்
நேசிப்பவர் விழிகளில் பிரபஞ்சத்தையே
பார்க்க முடியும்.

காதலர்கள் தன்னடியில்
அமர்ந்திருந்தால்
மரங்கள் கூட அதிக அளவில்
மொட்டுக்களைத் தரிக்கின்றன;
வேர்கள்கூட வெட்கத்தால் சிரிக்கின்றன.
பூக்கள் கூட
புல்லாங்குழல் வாசிக்கின்றன.

காதலியின்
பார்வையிலேயே பாஸ்ஃபரஸ்
இருப்பதால்தான்
கண்ஜாடையிலேயே
இதயம் தீப்பிடித்துக் கொள்கிறதோ !

தனக்குள் இருக்கும் மெல்லிய சுயத்தைக்
கண்டுபிடிக்க உதவுவதில்
காதலே கண்ணாடி.

இன்னமும் மானுட வாழ்வில்
மழுங்காமலிருப்பது
அந்த உணர்வு மட்டுமே.

வெ. இறையன்பு

தன் கேள்விக்கு எந்த பதிலும் சொல்லாமல்
கொலஸ்ட்ரால் உள்ளவர்கள்
இலையில் அப்பளத்தை ஒதுக்குவது போல்
அதை ஏன் தவிர்த்தாள் என அவன் யோசித்தவாறே
படுக்கையில் புரண்டான்.
....
....

காலம் மின் சக்கரம் சுழல
பின்னோக்கி நகர்ந்தது.

நெல்லை மாற்றம்
அதற்கு முந்தைய கோவைப் பணி
திருமண முறிவு
முதல்முறை வங்கி மேலாளர் பதவி
என வேகவேகமாய் நிகழ்வுகள்
நொடியில் சென்று
அவன் கல்லூரி நாட்களை அடைந்தது.

வெகுநாள் அங்கலாய்த்த,
அவன் தவறவிட்ட நாளில் வந்து
அப்படியே நின்றது.

கவிதைப் போட்டி...
துலக்கி வைத்த தங்கக் குடமாய்
அவள் வரிகளை வாசிக்கின்றான்.
இமைகளின் அபிநயம்
வார்த்தைகளின் நாட்டியம்
வெள்ளமாய்ப் புரளும் நயத்தின் அடர்த்தி...
அவள் தேடிய விடை கிடைத்த மகிழ்ச்சி...
ஓடிச் செல்கிறான்.

வெ. இறையன்பு

"உங்கள் கவிதை அபாரம்;
நானும் கவிதைகள் எழுதுவேன்
நீங்கள் விரும்பினால் அறிவுலக நண்பர்களாய்
இருவரும் அறிமுகமாகலாம்."
திரும்பிப் பார்த்தாள்;
ஒரு நொடி உற்று நோக்கிவிட்டு
ஒன்றும் பேசாமல் ஓடிச்சென்றாள்
....

பலபடிகள் புரண்டான்
விழித்துக் கொண்டான்.

அந்த அனுபவம்
அவனுக்கு ஞானச் சிலிர்ப்பாய் இருந்தது;

"வாலிய வயதில்
பணியில் திருப்தியில்,
பங்களித்த மகிழ்ச்சியில்,

அதிகாரச் செழிப்பில்,
சப்பிய கன்னங்கள்
உப்பிய மாதிரி தோன்றினால்
பளபளப்பு சேர்ந்துவிடும்.
அடுத்தவர் அளிக்கும் மதிப்பில்
கண்களில் மினுமினுப்பு வந்துவிடும்.

ஆனால் ஆரம்பத் தோற்றமே
அடிப்படைத் தோற்றம்.

இவள் நம்மீது செலுத்தும் அன்பு
அறிவு சார்ந்தது;
ஆன்மா சார்ந்ததல்ல.

நல்ல வேளை அவசரத்தில்
பானையை உடைத்துவிடாமல்
பத்திரமாகக் கையாண்டு
நட்பை நாகரிக வளையத்துள்
நயமாகக் காத்தோம்.

வெ. இறையன்பு

இனியும் அவளிடம் திருமணப் பேச்சை
இன்னொரு முறை தொடரேன்"
அன்றிரவு அவளும் தூங்கவில்லை.

"மனத்தின் நுனியிலும்
நினைத்துப் பார்க்காத எண்ணத்தை
ஏன் இப்படிக் கிளறினார் ?

முற்றுப்புள்ளியாகி விட்ட செய்தியை
காற்புள்ளியாக்க ஏன் கஷ்டப்படுகிறார் ?

காலங் கடந்த பிறகு
பட்டுப்போன மரம்
வசந்தத்தை நினைத்து வருந்தலாமா ?

திருமணமென்பது புறவய நிகழ்வுகளுக்காக
என்கிற யதார்த்த உலகில்
முதிர்கன்னியை யார் முன்மொழிவார்கள் ?

இந்த மனிதர் போல எல்லோரும்
இசையே நேசிப்பார்களா ?
வீணையை விரும்புவார்களா ?

உடல்ரீதியான இச்சைகளைத் தாண்டிய
கவிதையாய் உறவு மலர உத்தரவாதம் உண்டா ?
பதவியும், தகுதியும் இருந்தும்
தலைதாழ்ந்த கதிர்போல
பணிவாய் இருப்பதில்

இவர் ஒருவர் தான் விதிவிலக்கா ?
ஒருவேளை அவருக்குத் துணை
தேவை என்பதைச்
சூசகமாகச் சொல்லியிருப்பாரோ ?
அவர் கைகளில் என் கைகளைப் பதியம்போட்டு
அவர் பலகுரல் கேட்டு
களித்திருக்க முடியுமா ?

அவர் இனிய செயல்களுக்கு ஜரிகையாக,

அவர் இலக்கியம் படிக்கும் முதல் விமர்சகராக,
அச்சுப்படிவம் திருத்த மெய்மை திருத்துநராக,
மேடையின் முன்வரிசையில் முதல் ரசிகையாக,
தகுந்த உணவு தரும் தோழியாக,
அயற்சி போக்கும்
ஆறுதலாக ஆகி
அவர் வாழ்வின் பொருளை இன்னும்
பிரம்மாண்டமாக்க அணிலாய் என்னை
அர்ப்பணிக்கும் அற்புத வாய்ப்பு கிடைக்குமா ?

நினைக்கும்போதே நெஞ்சம் நிறைகின்றதே !
வேண்டாம் ! வேண்டாம் !
கற்பனை மர நிழலில் கணிசநேரம் தங்கினால் கூட
யதார்த்த வெயில் சுடும்போது
கருகிவிடுவோமே !"

நட்பைப் பொது இடக் குவளைபோல்
சங்கிலிகளில் பிணைப்பதில்
அவளுக்குச் சம்மதமில்லை."
அதற்குப் பின்
அவர்கள் சந்திப்பில் சின்ன இடைவெளி
இருந்ததை இருவரும் உணர்ந்தனர்.

கம்பளிப்பூச்சைப் பார்த்தவுடன்
நமைச்சலுண்டாகும்
மெல்லிய உணர்வுக்கு இருவருமே
சொந்தக்காரர்களாய் இருந்தனர்.

'விரும்பிய உள்ளம்
வேதனையடையக் கூடாது'
என எண்ணுவதே நட்பின் சாரம்.
ஆண்களுக்கு இடையே
நட்பு நூறு விழுக்காடாய் விரியும்
நிரம்பும்போது சகோதரத்துவம் சதிராடும்.

ஆண் - பெண்ணிடையே நட்பு
விளிம்பு வரை நிரம்பும்போது
காதலாய்க் கசிந்துருகும்.

ஒளிவு மறைவுக்கு ஒரு துளியும் இடமில்லை
என்கிற உன்னத நட்பும்
பரஸ்பரப் புரிதலுமே காதல்.
வாரம் ஒருமுறை சந்திக்கும் அவர்கள்
பாம்புப் புற்றில் கைவிடுவது போன்று

அன்று அதீத எச்சரிக்கையுடனே இருந்தனர்.
தாமிரபரணி நதிக் கரையில்,
கிருஷ்ணாபுரம் வளாகத்தில்
இயற்கையோடு இயைந்து
இலக்கியம் பற்றியும்.
அவ்வார நிகழ்வுகள் பற்றியும்
பகிர்ந்து கொண்டாலும்
அந்நியோன்யம் கொஞ்சம் குறைய
அந்நியமாகவே நடந்து கொண்டனர்.

தொலைபேசித் தொடர்பிலும்
இறுக்கம் கொஞ்சம் இருந்தது.
உள்ளம் ஒருவரையொருவர்
எண்ணும்போதே உற்சாகத்தில்
துள்ளிக் குதித்தாலும்
உதடுகளில் கடிவாளமிட்டு
உணர்வைக் கவாத்து செய்தனர்.
"என் பணி மாறுதலுக்குட்பட்டது.
அமைச்சரவை போல அடிக்கடி மாற்றமும்,
மேட்டூர் நீர்மட்டம் போல நிச்சயமற்ற தன்மையும்
தேசியமயமாக்கப்பட்ட வங்கிப் பணியில்
போளியில் இருக்கும் பூரணம் போல
பூரணமாய்க் கலந்திருக்கும்.

அப்படி இடம்விட்டு இடம்பெயர்ந்தாலும்
தொடர்ந்து உங்களுடன் தொடர்புகொள்ள

வெ. இறையன்பு

தொல்லை ஏதுமில்லையே உங்களுக்கு.
உங்களைச் சந்திக்கும் நொடிகளை
எண்ணியே மற்ற நிமிடங்களையெல்லாம்
வேகமாக நகர்த்திப் பழகிவிட்டேன்.

பிறக்கும்போது என்னிடமில்லாமல் இருந்த
இன்னொரு பாதியாய் உங்களைக்
காண்கிறேன்.

....
..............."

அதற்குமேல் அவன் சொன்ன வரிகளை
நிராகரித்தன அவள் செவிகள்.

'மாற்றமடைய வாய்ப்புகள் அதிகம்'
என்று சொன்ன சொற்களே
கத்திரி வெயிலாய் கருக வைத்தன.
கந்தக நாட்களின் உக்கிரத்தை
சந்தனக் குழம்பாய்க் குளிர்விக்கும்
அவன் இருத்தலை விரைவில்
இழக்க வேண்டுமா ?"

மன அணை உடைய
கண்களில் வழிந்தது.
"இவ்வளவு விரைவில்
இந்த இனிய சங்கீதம் முடிய வேண்டுமா
இடைவேளையிலேயே 'சுபம்' என
முடிந்த திரைப்படம் போல."

அந்த முகத்தில் ஏற்பட்ட மின்வெட்டு
அவனுக்கு அதிர்ச்சியாயிருந்தது.

அவர்கள் இடையே
புயலடைத்த மௌனம்

எப்போதும் பழம் உதிர்வது போல
பிரிந்து செல்பவர்கள்
அன்று பச்சைக்கீற்று விழுவது போல
விடைபெற்றனர்.

வெ. இறையன்பு

பகலில் பரபரப்புடன் பறப்பவர்களுக்கு
இளைப்பாறுதலுடன் நுகர முடிவதால்
இரவு உணவே இனிய விருந்து.

கடிகாரத்தின் கால்களை
மானசீகமாகக் கட்டிவிட்டு
சாவகாசமாகக் கால்நீட்டி ஓய்வெடுக்க
இரவு உணவின் இதயத்தில் இடமுண்டு.

தனிமையிலிருக்கும் தாயுடன் அமர்ந்து
உணவுடன் உணர்வையும் பகிர்ந்து
ஒவ்வொரு கவளத்திலும் அமிர்தத்தைக் கலக்கும்
நிகழ்வுக்காகக் காத்திருத்தலே
அவளுக்கு சுகம்.

இதுவரை ஓர் இரவுகூட
உறக்கத்தைத் தவிர்த்தாலும்
உணவைத் தவிர்த்ததில்லை

அன்று ஏனோ
தொய்ந்து போன கயிற்றுக் கட்டிலாய்
நைந்து இல்லம் திரும்பினாள்.

'இன்று எனக்குப் பசியே இல்லை'
என்று சட்டமன்றத்தில்
வெளிநடப்பு செய்வது போல
சமையலறையை பகிஷ்கரித்தாள்.

படுக்கையறைக்குப் படையெடுத்தாள்.
ஆணிவேரில் அடிப்பட்டது போல
தாயின் மனமோ தவித்துக் கிடந்தது.

இதயத்திலிருந்த வலி சவ்வூடு பரவி
உடல் முழுவதும் வியாபித்தது.

வலியே நிரந்தரம்;
சுகம் தற்காலிகம்.

தாய்க்கு வலியில் பிறப்பு
தனக்கு வலியில் இறப்பு

துன்பமே எல்லை -
இன்பம் பேருந்து நிறுத்தங்கள்

அந்தகாரத்தில் அவ்வப்போது
இன்ப மின்னல்கள் மின்னி மறைகையில்
விழிகளின் வெளிச்சத்தைப் பறிப்பதும் உண்டு.
இருட்டை இன்னும் அதிகரிப்பதுண்டு.

வலியினூடே நகர்வது வாழ்வு
வலியைப் பொறுக்கும் ஆற்றலே
சாதனைக்கான முதற்படி
வலிக்குள் இருக்கும்
சுகத்தைத் தரம்பிரிக்கும் திறனே
புத்தொளி பெறுதல்"
எண்ணியபடியே இரவு முழுவதும்
பாயில் புரண்டாள்;
விடிந்த பிறகும்
இதயத்தில் இருட்டு திட்டுத்திட்டாய்த்
தேங்கியிருந்தது.

"தொலைவு தொடர்பை துண்டிப்பதில்லை.
காதல் கண்ணுக்குத் தெரியாத கம்பி மூலம்
இதயங்களை இணைப்பது.

இத்தனை மென்மை உள்ளவருக்கு
ஏன் இந்தச் சிறிய உண்மை
கம்பளத்திற்கடியில் தள்ளிய கடிதமாய்
கண்களுக்குத் தெரியாமல் போய்விட்டது ?

கடற்கரையிலிருப்பவனை விட
மலையுச்சியிலிருந்து பார்க்கும்போது தானே
கடலின் ஆழம் இன்னும்
அதிகமாய்த் தோன்றும்"

வகிடு எடுக்கிற இடத்தில் இப்போதெல்லாம்
அவள் வைத்துக்கொள்ளும்
குங்குமப் பொட்டைத்
தாயும் கவனிக்கத் தவறவில்லை.
அவள் பள்ளி முகவரிக்கு
அவள் பெயரிட்டு கனத்த உறையொன்று
வந்து அவள் கவனத்திற்காகக் காத்திருந்தது.

அனுப்பியவர் முகவரியில்
அவன் பெயர் இருந்ததில்
அவளுக்கு ஆனந்த அதிர்ச்சி

அதைப் பிரிக்கிற அவசரத்தில்
அந்தக் காவிய விரல்களும்
கத்திரியாயின.

உள்ளே
“வைகை மீன்கள்”
என்னும் தலைப்பில் அவன் பெயரிட்ட
கவிதை நூலொன்று கண்சிமிட்டியது.

கவிதையின் காதுகளுக்கு
வலிக்கக் கூடாது
என்று மென்மையாய்ப் புரட்டினாள்.

ஏழாம் பக்கத்தில்

“கைகுலுக்கிப் பிரிவாளோ
கைப்பிடித்துத் தொடர்வாளோ
எனத் தெரியாத என்னுயிர்த் தோழிக்குக்
காணிக்கை”
என்று கண்ணில் பட்ட
காந்த வரிகளில்
உடலைவிட்டு உள்ளம் பறந்தது.

அவன் இல்லத்தில்
அவள், அவன் வரவுக்காகக் காத்திருந்தான்.

இனிய நிகழ்வுக்காகக் காத்திருத்தல்
நொடிகளின் நுனியில் இனிப்புத் தடவும்.

அவன் பெற்றோர்
மகளாய்ப் பாவித்துக் கரிசனம் காட்டினர்.

வீட்டில் நுழையும் போதே
அவளின் 'காலனி ஆதிக்கம்'
அவள் காலணி மூலம் தெரிந்தது.
மல்லிகை மணத்தால் புரிந்தது.
அவன் அருகில் வந்து அமர்ந்தாள்.

அவள் கண்களில் கசியும் காதலை
வார்த்தைகள் நீர்த்துப் போகச் செய்யுமே !
வெகுநேரம் அமைதி
"இடம் தருவீர்களா"
என்றாள்.
அவன் அனுமதிக்காகக் காத்திருக்காமல்
அவன் மடியில்
தலைவைத்துப் படுத்தாள்.
இருவரும் வெகுநேரம்
விழிகளின் வியர்வையால் பேசினர்.
மௌனத்தின் அடர்த்தியில்
மனம்விட்டுப் பகிர்ந்தனர்.
இருபது ஆண்டுகளுக்கு முன்
வாய்க்கால் மீன்களாய் கணநேர சந்திப்பில்
பிரிந்தவர்கள்
வைகை மீன்களாய் இணைந்தனர்.

நூறு மலர்மரங்கள்
பூச்சொரிந்த புத்துணர்வுடன் களித்திருந்த
அவர்களுக்கு இனி
காலமோ, இடமா பேதமில்லை...

அன்புக்கு இலக்கணமாய் இனி இன்னும் இரண்டு
பெயர்களை வரலாறு குறித்துக் கொள்ளும்.